சினிமா அனுபவம்

சினிமா அனுபவம்

அடூர் கோபாலகிருஷ்ணன் (1941)

மௌட்டத்து கௌரி குஞ்ஞும்மா – பள்ளிப்பாட்டு மாதவன் உண்ணித்தான் தம்பதியரின் ஏழு மக்களில் ஆறாவதாகப் பிறந் தவர். காந்தி கிராமப் பல்கலைக்கழகத்தில் பொதுநிர்வாகம், பொருளியல், அரசியல் துறைகளில் பயின்று பட்டம் பெற்றார். 1962இல் புனே பிலிம் இன்ஸ்டிட்யூட்டில் சேர்ந்தார்.

பதினோரு கதைப்படங்களையும் இருபத்தைந்துக்கும் மேற்பட்ட ஆவணப்படங்களையும் எழுதி இயக்கியுள்ளார். சிறந்த திரைப் படத்துக்காக இரு முறையும் சிறந்த திரைக்கதைக்காக மூன்று முறையும் சிறந்த இயக்கத்துக்காக ஐந்து முறையும் தேசிய விருதுகள் வழங்கப்பட்டன. 1983இல் பத்மஸ்ரீ அங்கீகாரம் அளிக்கப் பட்டது. எல்லாப் படங்களும் கேரள மாநில அரசின் திரைப்பட விருதுகள் பெற்றன. கேரள சலச்சித்ர அக்காதெமியின் தலை வராகவும் பணியாற்றியுள்ளார். 'மிக அசலானதும் படைப்பூக்கம் நிரம்பியதுமான' படமாக 'எலிப்பத்தாயம்' தேர்ந்தெடுக்கப்பட்டு பிரிட்டிஷ் பிலிம் இன்ஸ்டிட்யூட் விருது 1982இல் அடூருக்கு வழங்கப்பட்டது. தொடர்ந்து ஆறு முறை சர்வதேச திரைப்பட விமர்சகர்களின் அமைப்பு விருதுகளை (ஃபிப்ரசி அவார்ட்) பெற்றிருக்கிறார். பிரெஞ்சு அரசு வழங்கும் மிக உயர்ந்த கலை பண்பாட்டு விருதான 'கமாண்டர் ஆஃப் தி ஆர்டர் ஆஃப் ஆர்ட்ஸ் அண்ட் லெட்டர்ஸ்' அங்கீகாரம் பெற்றவர்.

இந்திய சினிமாவின் மிக உயர்ந்த விருதான 'தாதா சாகேப் பால்கே' விருது 2004இல் அடூர் கோபாலகிருஷ்ணனுக்கு வழங்கப்பட்டது.

அடூரின் படங்கள்:

'சுயம்வரம்' (1972), 'கொடியேற்றம்' (1977), 'எலிப்பத்தாயம்' (1981), 'முகாமுகம்' (1984), 'அனந்தரம்' (1987), 'மதிலுகள்' (1989), 'விதேயன்' (1993), 'கதாபுருஷன்' (1995), 'நிழல்குத்து' (2003), 'நாலு பெண்ணுங்ஙள்' (2007), 'ஒரு பெண்ணும் ரண்டு ஆணும்' (2009).

அடூர் கோபாலகிருஷ்ணன்

சினிமா அனுபவம்

தமிழில்:
சுகுமாரன்

காலச்சுவடு பதிப்பகம்

அன்பார்ந்த வாசகருக்கு,

வணக்கம்.

காலச்சுவடு நூலை வாங்கியமைக்கு நன்றி.

நூலின் உள்ளடக்கம், உருவாக்கம், அட்டைப்படம் இன்ன பிற அம்சங்கள் பற்றிய உங்கள் கருத்துகளையும் ஆலோசனைகளையும் காலச்சுவடு வரவேற்கிறது. தகவல், எழுத்து, வாக்கியப் பிழைகள் தென்பட்டால் சுட்டாயம் தெரிவித்து உதவுங்கள். நூல் தயாரிப்பில் கடும் குறைபாடு இருப்பின் மாற்றுப் பிரதி உங்களுக்குக் கிடைக்கக் காலச்சுவடு ஏற்பாடு செய்யும்.

மின்னஞ்சல்: publisher@kalachuvadu. com

காலச்சுவடு நாகர்கோவில் அலுவலகத்திற்குக் கடிதம் அனுப்பலாம்.

தங்கள்
எஸ். ஆர். சுந்தரம் (கண்ணன்)
பதிப்பாளர் – நிர்வாக இயக்குநர்

சினிமா அனுபவம் ✧ சினிமா அனுபவக் கட்டுரைகள் ✧ ஆசிரியர்: அடூர் கோபாலகிருஷ்ணன் ✧ தமிழில்: சுகுமாரன் ✧ © அடூர் கோபால கிருஷ்ணன், மொழிபெயர்ப்பு உரிமை: சுகுமாரன் ✧ முதல் பதிப்பு: பிப்ரவரி 2006 ✧ காலச்சுவடு முதல் பதிப்பு: டிசம்பர் 2010, ஐந்தாம் பதிப்பு: ஜனவரி 2024 ✧ வெளியீடு: காலச்சுவடு பப்ளிகேஷன்ஸ் (பி) லிட்., 669 கே. பி. சாலை, நாகர்கோவில் 629001

cinimaa anupavam ✧ Film Experiences ✧ Author: Adoor Gopalakrishnan ✧ Tamil Translation: Sukumaran ✧ © Adoor Gopalakrishnan, Tamil Translation Rights: Sukumaran ✧ Language: Tamil ✧ First Edition: February 2006 ✧ Kalachuvadu First Edition: December 2010, Fifth Edition: January 2024 ✧ Size: Demy 1x8 ✧ Paper: 18.6 kg maplitho ✧ Pages: 136

Published by Kalachuvadu Publications Pvt. Ltd., 669, K.P. Road, Nagercoil 629001, India ✧ Phone: 91-4652-278525 ✧ e-mail: publications@kalachuvadu.com ✧ Printed at Clicto Print, Jaleel Towers, 42 KB Dasan Road, Teynampet Chennai 600018

ISBN: 978-93-80240-04-6

01/2024/S.No. 354, kcp 5072, 18.6 (5) 1k

உள்ளடக்கம்

முன்னுரை	9

ஒன்று

சினிமா, அனுபவம்	13
கதாபாத்திரங்கள் காணவந்தபோது	20
வாக்கும் நோக்கும்	33
திரைக்கதை – ஒரு முன்னுரை	41
கதைக்கு அப்பால்	47
பனைமரம் சொன்னது	53
பின் நவீனத்துவ சினிமா	61
ரசனையின் பிரச்சனைகள்	68

இரண்டு

ரே, கட்டக், சென்	77
மதிலுக்கு மேல் மனிதர்கள்	96
இரண்டு சிறிய பெரும்நடிகர்கள்	103
கரமனை – நடிகரும் நண்பரும்	112
தாஸ், பிரியமான தாஸ்	117
எம்.பி.எஸ். என்ற தோழமை	124

நன்றியுரை

இந்த நூலை மொழிபெயர்க்க அனுமதியளித்ததோடு, இதில் இடம்பெறும் படங்களைத் தேடித் தந்தும் உதவியவர் அடூர் கோபாலகிருஷ்ணன். முதல் பதிப்பை (2006) வெளியிடத் தூண்டுதலாகவும் காரணமாகவும் இருந்தவர் லீனா மணிமேகலை. அவரது 'கனவுப்பட்டறை' மூலமே இதன் முதல் பதிப்பு வெளி யானது. காலச்சுவடு வெளியீடாக இந்நூல் வெளிவர ஆரம்ப வற்புறுத்தலை ஏற்படுத்திய நண்பர் அமரர் ராஜமார்த்தாண்டன், காலச்சுவடு பதிப்பகத்தின் நண்பர்கள், இவர்கள் அனைவருக்கும் மனப்பூர்வமான நன்றி.

திருவனந்தபுரம்
17.10.2010

சுகுமாரன்

முன்னுரை

பிலிம் இன்ஸ்டிட்யூட்டில் படித்துக்கொண்டிருந்த காலம் முதல் இன்றுவரை இருபதாண்டுகளாக பல இதழ்களில் எழுதி வெளிவந்த சினிமா தொடர்பான ஏராளமான கட்டுரைகளிலிருந்து தேர்ந்தெடுத்தும், மேலும் திருத்தியும் எழுதிச் சேர்த்தும் புதுப்பித்தும் 1983இல் வெளியிட்ட எனது 'சினிமாவின் உலகம்' மிக அதிகமான மலையாளிகள் வாசித்த புத்தகமென்று தெரிகிறது. சினிமா என்ற புதிய ஊடகத்தைப்பற்றி தொழில் நுட்பரீதியிலும் கோட்பாட்டுரீதியிலும் மலையாளிகளுக்கு முதன்மையான அறிவை வழங்குவது அந்த நூலாக்கத்தின் நோக்கமாக இருந்தது.

இந்தக் காரியத்தில் எனது நண்பரும் பிரபல திரைப்பட ஆய்வாளருமான திரு.எம்.எஃப். தாமஸிடமிருந்து உருவான நட்பார்ந்த தூண்டுதலையும் வற்புறுத்தலையும் நான் இங்கே நன்றியுடன் நினைவுகூர்கிறேன். திரைப்படம் தொடர்பான சிறந்த நூலுக்கான தேசிய விருது பெற்ற இந்தப் புத்தகம், சினிமா தொடர்பாக கேரள பாஷா இன்ஸ்டிட்யூட் வெளியிட்ட முதலாவது அறிவுத்துறை நூல் என்ற சிறப்புக்கும் உரியது.

இன்று மீண்டும் இருபதாண்டுகள் கழித்து சினிமா தொடர்பான இரண்டாவது நூலை ஆர்வலரான மலையாள வாசகர்கள் முன் சமர்ப்பிக்கிறேன். இந்தப் புத்தகத்துக்கு 'சினிமா அனுபவம்' என்று பெயரிடும்போது என் மனதில் பிரத்தியேக நோக்கம் இருந்தது. அனுபவமாகும் சினிமா, சினிமாவாகும் அனுபவம் இரண்டையும் ஒரே சமயம் தொனிக்கச் செய்ய வேண்டும். முதல் நூலில் பெரும்பாலும் கொள்கையையும் அழகியல் சார்ந்த விஷயங்களையும் பொதுவாகக் கையாண்டிருந்தேன்.

ஆனால், இந்த நூலில் பெரும்பான்மையும் சுய அனுபவங்களின் வெளிச்சத்தில் மேற்கொண்ட பரிசோதனைகளுக்கும் பரிசீலனைகளுக்கும் சில கண்டுபிடிப்புகளுக்கும் முன்னுரிமை அளித்திருக்கிறேன்.

குறிப்பிடப்படும் விஷயங்களின் தன்மையை அடிப்படையாகக்கொண்டு இதிலுள்ள பதினான்கு கட்டுரைகளை இரண்டு பகுதிகளாகப் பிரித்திருக்கிறேன். முதல் பகுதி, சினிமாவின் படைப்பு ஆதாரங்கள், படைப்புச் செயல்பாடுகள், ரசனை சார்ந்த பிரச்சனைகள் ஆகியவைபற்றிப் பேசுகிறது. இரண்டாம் பகுதி, என்னுடைய சினிமா வாழ்க்கையுடன் தொடர்புடைய சில ஆளுமைகளைப் பற்றியது.

குருவாக இருந்த கட்டக், குருவுக்கு நிகரான ரே, மூத்த சகோதரரைப் போன்ற சென் – இவர்களைப் பற்றிய நீண்ட கட்டுரை வெறும் நினைவுக்குறிப்பின் எல்லைக்குள் அடங்குவதல்ல. வங்காள சினிமாவில் (இந்திய சினிமாவிலேயே) அபூர்வமான இந்த மூன்று திறமையாளர்களுடன் எனக்கிருக்கும் நெருக்கம் அதிகம் பேரால் உரிமைகொண்டாடக்கூடியதும் அல்ல. அவர்களிடமிருந்து வாய்த்த அன்பும் ஆசியும் எனக்கு எப்போதும் தன்னம்பிக்கையையும் உந்துதலையும் வழங்கியிருக்கின்றன.

வைக்கம் முகம்மது பஷீர் எனக்கு மிகப் பிரியமான எழுத்தாளர். பெரிய எழுத்தாளர் என்பது போலவே மிகப் பெரிய மனிதராகவும் இருந்தார். 'மதிலுகள்' என்ற சினிமா பஷீருக்கு நான் செலுத்திய அஞ்சலியாகவே இருந்தது. இந்தப் புத்தகத்தில் ஒன்றுக்கு மேற்பட்ட கட்டுரைகளில் பஷீரைப் பற்றிக் குறிப்பிடுவது வெறும் தற்செயல் அல்ல.

எனக்கு மிக நெருக்கமான உறவாக இருந்த மூன்று நடிகர்களைப்பற்றியும் முதலில் சக நண்பரும் பின்னர் சக பணியாளருமாக இருந்த தேவதாசைப் பற்றியும் இலட்சியத் தூய்மையும் திறமையும் ஒருங்கிணைந்த எம்.பி. சீனிவாசனைப் பற்றியும் உள்ளவை இந்தப் பகுதியின் பிற கட்டுரைகள். எங்களுடைய நட்பும் பிடிவாதமும் கூடவே பரஸ்பரம்கொண்டிருந்த மதிப்பும் அன்பும் தோராயமான வடிவத்திலாவது இந்த நினைவுகளில் பிரதிபலிக்கிறது என்பதே என் நம்பிக்கை. இதோ, என் சினிமா அனுபவம். தோழமையுடன் ஏற்றுக்கொள்ளுக.

திருவனந்தபுரம் **அடூர் கோபாலகிருஷ்ணன்**
அக்டோபர் 18, 2004

I

சினிமா, அனுபவம்

ஐம்பதுகளின் கடைசியையொட்டிய நாட்களில், மதுரை காந்தி கிராமத்திலிருந்து சிவசுப்ரமணியன் என்ற ஆசிரியரின் தலைமையில் சென்னைப் பட்டணத்துக்கு சுற்றுலாப் போனதும், திருவல்லிக்கேணியிலிருந்து குதிரை வண்டி ஏறி நீண்ட தூரம் சென்று, நகர எல்லையில் மூடிய ரயில்வே கேட்டில் காத்திருந்து தாண்டி கடைசியில் கோடம்பாக்கம் என்ற பட்டிக்காட்டின் ஆளற்ற தொலைவை அடைந்து சினிமாவின் மர்மத் தயாரிப்பு வித்தைகளை தரையில் பெருவிரல் ஊன்றி எம்பி நின்று எட்டிப்பார்த்து ஆச்சரியப்பட்டதும் நாற்பத்தைந்து ஆண்டு களுக்கு முன்பு.

அன்று சினிமா என்னுடைய தொழில்துறையும் வாழ்க்கைமுறையும் ஆகுமென்று எனக்குள்ளேயிருந்த நாடகக்காரனால் யோசிக்கக்கூட முடியாமலிருந்தது.

பரணி ஸ்டூடியோவுக்குள் வீரபாண்டிய கட்ட பொம்மன் படப்பிடிப்புத் தளத்தில் வறுத்தெடுக்கும் வெப்பத்துக்கும் எரிக்கும் மின்விளக்குகளுக்கும் நடுவே நின்று இடறலோ முடிவோ இல்லாமல் பெரும் பேச்சு முழங்கிய அற்புத நிகழ்வு நடிகர் திலகம் சிவாஜி கணேசன் என்றும் படப்பிடிப்பு இடைவேளைகளில் வியர்வை ஆற்றிக்கொள்ள வெளியே வெளிச்சத்துக்கும் வறண்ட காற்றுக்கும் ஓடிவந்துகொண்டிருந்த நடிகை மனோரமா என்றும் ரசிகர்களில் யாரோ ஒருவர் எனது காதில் முணுமுணுத்ததும் இன்றும் மங்காத நினைவுகள்.

எனினும், 'இதையெல்லாம் பாக்காதீங்க. பாத்தா நீங்க படம் பாக்க மாட்டீங்க' என்று விளையாட்டாகவும் வினையாகவும் தன்னுடைய தொழில்நுட்பத்தைப் பற்றி சுருக்கமாகச் சொன்ன ஆர்ட் டைரக்டர்தான் எனக்கு

மிகவும் கவனிக்கத் தகுந்தவராகத் தோன்றினார். ஒருவகையில் வெகுஜன சினிமாவின் செயல்பாட்டையும் ரகசியத்தையும் அவர் தொட்டுக்காட்டியதாகச் சொல்லலாம். காகிதமும் கான்வாஸும் பிளைவுட்டும் மரத் தப்பைகளும் சேர்த்து ஆணியடித்து உயர்த்திய மாடமாளிகைகளும் கோபுரங்களும் ராஜவீதிகளும் பூந்தோட்டங்களும் பாதாளமும் பரலோகமும் திரையில் துலங்கும்போது, அந்தச் சமயத்தில் மட்டுமாவது பார்வையாளர்கள் சுற்றுப்புறத்தின் எதார்த்தங்களை மறக்கிறார்கள். காட்சியின் பொலிவிலும் கதையின் ஓட்டத்திலும் பாட்டின் தாளத்திலும் ஆட்டத்தின் ஈர்ப்பிலும் இடறி விழு கிறார்கள். திரையில் தெரியும் காட்சியின் பொய்யை அது கண்முன்னால் மின்னும் நொடிநேரங்களில் ஒரு பிரத்தியேக மனநிலைக்கு ஆட்படும் நாம் நம்புகிறோம் என்பதுதான் இந்த அனுபவத்தின் சிறப்பு.

விளக்கு பிரகாசிக்கும்போது அந்த உணர்வுகள் வெளிறிப் போய்விடும். எனினும் பொது அபிப்பிராயத்தில் சினிமா ஒரு மாயமோகன கனவுருவமாகவே இன்றும் தொடர்கிறது. தயாரிப்புக்குப் பின்னாலுள்ள மர்மங்களை அப்படியே நிலை நிறுத்தவேண்டும் என்று வணிகர்கள் விரும்புவதும் இதனால் தான்.

எம்.ஜி.ஆர். நாடோடி மன்னனாக நடித்த படம் ஓடும் மதுரை திரையரங்கமொன்றின் டிக்கட் கௌண்டருக்கு

மங்கட ரவிவர்மா, அடூர் ('அனந்தரம்' படப்பிடிப்பில்)

முன்னால் முண்டியடித்த கூட்டம் காவல்காரனின் அடியை எந்த எதிர்ப்புமில்லாமல் வாங்குவதை நம்பமுடியாமல் பார்த்து நின்றிருந்திருக்கிறேன். நமது அன்றாட வாழ்க்கையில் இதுபோன்ற விளக்கமுடியாத எத்தனையெத்தனை மிகை எதார்த்தங்கள் உள்ளோடியிருக்கின்றன. அடைய முடியாத ஒன்றை பார்வை யாளர்கள் கனவு எதார்த்தமாக அங்கீகரிக்கிறார்கள். பொறுப்பு களில்லாமல் கனவு காணவும் நிறைவேறாத ஆசைகள் கண் முன்னால் ஈடேறுவதைக் காணவுமான பூஞ்சை மனமே இதன் பின்னாலிருப்பது என்று நாம் மெல்லமெல்ல இனம் கண்டு கொள்கிறோம்.

இதுவெல்லாம் சரியென்றாலும் வாழ்க்கை எதார்த்தங் களுடன் சாதாரணமான பார்வையாளர்களுக்கு ஏன் இந்த பாராமுகம்? காட்சியரங்கிலிருந்து வெளியேறினால் குண்டும் குழியும் கல்லும்முள்ளும் எல்லாமும் நிறைந்த வாழ்க்கைப் பாதையில்தானே நாம் நடந்து செல்லவேண்டியிருக்கிறது. கனவையும் எதார்த்தத்தையும் ஒன்றாக்கும் நுட்பமான உறவின் இல்லாமையில் இதுபோன்ற சினிமாக்கள் முன்வைக்கும் தப்புதல்கள் சுபமாக முடியும் என்று நம்ப வழியில்லை.

கோடம்பாக்கத்தின் நேர்க்காட்சிகளுக்குப் பிறகு, எந்த முன்னறிவிப்புமில்லாமல் சட்டென்று ஒரு நாள் மாலை ‘பதேர் பாஞ்சாலி’யை எதிர்கொண்டேன். கோடம்பாக்கத்தின் ருசிகரங் களில் நம்மைச் சுற்றியுள்ள வாழ்க்கையோ சாதாரண மனிதர் களின் நிழலோ கூட இல்லாதபோது, இதோ இந்த சினிமாவோ முற்றிலும் மானுடக் கதையாக உயிர்கொண்டு துடித்து நிற்கிறது. படத்தில், இன்று பொதுவாக இருப்பதுபோன்ற சப் – டைட்டில் களில்லை. அதனால் கதைமாந்தரின் உரையாடல்களை சூழ் நிலைக்கு ஏற்ப ஊகிக்கவேண்டியிருந்தது. அதனாலென்ன, இந்தப் படத்தில் செயற்கையாக உருவாக்கியதென்று தோன்றும் எதுவுமில்லை. பிறப்பும் இறப்பும் இணக்கமும் பிணக்கும் பிரிவும் கூடலும் எல்லாமிணைந்த வாழ்க்கை நதி நம் முன்னால் சிலசமயம் நிறைந்து பெருகியும் வேறு சிலசமயம் மெலிந்து ஒடுங்கியும் புரள்கிறது. அதன் பெருக்கிலும் தடையிலும் நாமும் அகப்படுகிறோம். இங்கே சாயம் பூசிய முகங்களில்லை. ஆடிப் பாடுகிற நாயக – நாயகியரோ, பின்னணியில் கூத்தடிக்கிற ரௌடிக்கும்பல்களோ இல்லை. மாறாக, நிறைந்து ததும்பும் வாழ்க்கையிருக்கிறது. மனிதத்துவம் இருக்கிறது. அவர்களின் சிரிப்பும் அழுகையும் வாழ்வின் ஈரமான அனுபவங்களில் ஊறியிருக்கிறது. அவர்களுடைய துக்கங்களோடும் மகிழ்ச்சி களோடும் ஏமாற்றங்களோடும் நம்பிக்கைகளோடும் அணிசேர்ந்து பார்வையாளரான நமது மனமும் துடிக்கிறது. கொட்டகைக்கு

வெளியிலிருக்கும் வாழ்க்கை உண்மைகளை மறந்தோ மறுத்தோ அல்ல; நிரந்தரமாக அவற்றுடன் இணைந்தும் தொடர்ச்சியை உருவாக்கிக்கொண்டும் துடிக்கிறது.

கோடம்பாக்க சினிமா நிகழ்வுகளை கொட்டகை இருட்டி லேயே நாம் விட்டுவிட்டு வரும்போது, ராயின் பாதையின் கதை வாழ்க்கை முழுவதும் ஒளிவீசும் அனுபவ அறிவின் கலைமணமாக நம்மோடு இணைகிறது.

இந்த இரண்டு தரப்புகளுக்கு நடுவிலுள்ள இடைவெளி துருவ இடைவெளியென்று மிகைப்படுத்தல் சிறிதும் இல்லாமல் சொல்லலாம். தயாரிப்பு தொடர்பான அம்சங்களில் மட்டுமல்ல; சினிமா பற்றிய அடிப்படை நோக்கத்திலேயே உள்ளது இது. முதல் பிரிவைச் சேர்ந்தவை பலர் பங்கேற்கும் கூட்டு முயற்சி யின் ஏற்றத்தாழ்வுகளைச் சார்ந்த உற்பத்திப் பொருளென்றால், இரண்டாவது, முதன்மையாகவும் ஒரு தனி மனதின் வாழ்க்கைப் பார்வைகளும் அவதானிப்புகளும் அழகியல் தரிசனங்களும் ஒன்றிணைந்து உருவானது. இங்கே இயக்குநர் என்பவர் அனுபவ முள்ள ஒருங்கிணைப்பாளராக இருந்தால் மட்டும் போதாது. இந்த நவீன ஊடகத்தின் தொழில்நுட்ப சாத்தியங்களை தன்மயப் படுத்தி, தேவையான தயாரெடுப்புகளுடனும் அனுபவங்களின் பின்பலத்துடனும் தன்னம்பிக்கையுடனும் கவனத்துடன் படைப் பில் ஈடுபடும் கலைஞனாக இருக்கவேண்டும்.

புனே பிலிம் இன்ஸ்டிட்யூட்டில் அகில இந்திய அடிப் படையிலான நுழைவுத் தேர்வும் நேர்காணலும் முடிந்து மெரிட் ஸ்காலர்ஷிப்புடன் சேர்க்கையும் பெற்று இடையில் விடுமுறைக்காக கொஞ்சம் கர்வத்துடன் வீட்டுக்கு வந்திருந்த என்னிடம், உலக அறிமுகமும் பொதுக் கல்வியுமுள்ள ஊர்ப் பிரமுகர் ஒருவர் அழுத்தமாகக் கேட்டார்: 'சினிமா எடுப்பதற்கு இவ்வளவு படிக்க வேண்டுமா? நடிக நடிகையருக்கு வசனம் சொல்லிக்கொடுக்கவேண்டும். அவ்வளவுதானே! அதைக் காமிராக் காரன்தானே படமாக எடுக்கிறான்'.

நான் சற்றுத் தயங்கினேன். சட்டென்று பதிலைச் சொல்ல என்னால் முடியவில்லை என்றே சொல்லலாம். ஆனால், அந்த கனவான் சொன்னதன் பொருளென்ன என்று யோசித் தேன். 'சினிமா பிடிப்பதை'ப் பற்றி ஊர்க்காரர்கள் மத்தியில் நிலவிய கண்ணோட்டம்தான் அவருடைய சொற்களிலும் வெளிப்பட்டிருந்தது. நடிகர்களை வசனம் பேச வைப்பதற்கு அப்பால் நமது இயக்குநர்கள் என்ன செய்திருந்தார்கள்? வாழ்க்கை தொடர்பான அவர்களுடைய நிலைப்பாடுகளையோ

சுதந்திரமான கருத்துக் கண்ணோட்டத்தையோ அவர்கள் இயக்கிய படங்களிலிருந்து படித்தறிய முடியுமா?

ஆனால், இதே கால அளவில் உலகெங்கும் இயக்குநரின் தனிமுத்திரை துலங்கும் சினிமாக்கள் ஏராளமாக தயாரிக்கப் பட்டிருந்தன என்பதையும் நினைவில் கொள்ள வேண்டும். அங்கெல்லாம் நாடக இயக்குநரின் செயல்பாடுகளில் ஒதுங்கி நின்ற ஒருங்கிணைப்பாளரைப் பின்னுக்குத் தள்ளிவிட்டு திரைப் படக்காரர்கள் அரங்கேறியிருந்தனர். திரைப்படத்தின் ரகசியம் தெரிந்த கலைஞனுக்கு சினிமா செல்லுலாயிடில் பெயர்த்த நாடகமல்ல. பெரிய திரையின் வர்ணப்பளபளப்பை நோக்கி அடியெடுத்து வைக்கும் தொலைக்காட்சித் தொடர்களின் வாயாடித்தனமல்ல. நல்ல சினிமாவின் சுயத்துவமென்பது காட்சியும் கேள்வியும்தாம். முதலும் முடிவுமாக அது காட்சிக்கு அப்பாலுள்ள காட்சி; கேட்காத இடத்திலுள்ள கேள்வி. பிரக்ஞை யின் அடித்தட்டில் எங்கோ அறியப்படாமலிருக்கும் அறிவை நோக்கி, ஞானத்திலிருந்து அறியப்பட இயலாததை நோக்கி திறக்கின்ற அகப்பார்வையின் வழி அது.

சில வருடங்களுக்கு முன்பு பம்பாயில் துறைமுகப்பகுதி யிலிருந்த ஓர் ஓட்டலில் நான் மரணத்தைக் காத்துக்கிடந்தது நினைவுக்கு வருகிறது. தாமதமாகப் படுக்கப்போன எனக்கு நீண்ட இரவான பின்னும் தூக்கம் வரவில்லை. தலை கனக்கிறது. நாடித் துடிப்பு தளர்கிறதா? ஒரு மரத்த உணர்வு கால் பெரு விரலிலிருந்து மண்டைவரை உருண்டு ஏறுகிறது. மொத்தமாக ஒரு நிம்மதியின்மை. சிரமப்பட்டு கையை போன்வரை கொண்டு போய் ஒரு நண்பரை அழைத்து 'நான் செத்துக் கொண்டிருக் கிறேன்' என்று தெரிவித்தேன். முடிவை எதிர்பார்த்து அதே கிடையில் கிடக்கும்போது நேரம் வெளுத்து வருகிறது. வெளியில் சிணுங்கிப் பெய்யும் மழை. சின்னதாக ஈரக் காற்று. ஜன்னல் வழியாகத் தென்படும் வெளிப்புறத்தில் கூரை முகட்டிலும் மர உச்சிகளிலும் வெளிறிய விடியல் ஒளி கசிந்து வந்துகொண் டிருந்தது. தொலைவில் எங்கோ ஓசையடக்கிக்கொண்டு அடக்க மாக பருவமழை கையிலேந்தி வரும் இடி முனகுகிறது. நான் தாபத்துடன் நினைத்துக்கொண்டேன். 'என்ன கஷ்டம். இது முதல்தரமான மரணக் காட்சியாயிற்றே. இதுபோல ஒரு காட்சியைச் சித்தரிக்க முடிந்தால் அது பார்ப்பவனுக்கு புதிய அனுபவமாக இருக்கும். ஆனால், என்ன செய்ய? நான் இறந்து கொண்டிருக்கிறேனே!'

மரணத்தின் துக்கப் பெருமூச்சுகளை அண்மையில் அனுபவித்தும் அதை திரைப்படத்தில் பெயர்த்துவைக்க

முடியாமற்போவதில் வருந்தவும் செய்த அந்த இரவின் கடைசி ஜாமங்களில், எனக்குள்ளே ஆழமாகப் பதிந்துபோயிருந்த பிள்ளைப்பருவ நினைவுகளுடன் எப்படியோ நான் மறு உறவை ஏற்படுத்தி தொடர்ச்சியை நெய்துகொண்டிருந்தேன் என்பது இப்போது புரிகிறது.

நள்ளிரவு கடந்த ஏதோசமயம். அஷ்டமுடிக்காயலில் அலைகளடங்கிய அமைதியில் பிரம்மாண்டமான ஆகாயம் நீர்ப் பரப்பின்மீது விழச்செய்கிற அரண்ட வெளிச்சத்தில் என் அம்மாவும் உறவினர்களுமடங்கிய சிறு குழு ஒரு படகில் இடப்பற்றாக்குறை காரணமாக ஒட்டியும் திரும்பியும் உட்கார்ந் திருக்கிறார்கள். யாரும் எதுவும் பேசுவதில்லை. எல்லாருடைய மனதிலும் மரணம்.

கடைசியில், படகு ஆடிக்குலுங்கி கரையை அடைந்ததும் முதிர்ந்த ஆண்கள் பாதி நீரிலும் பாதி கரையிலுமாக காலை வீசித் தாவி இறங்கினார்கள். சுத்தமாகக் கூட்டமேயில்லாத அழகத்து வீட்டை நோக்கி அவர்கள் நடக்கத் தொடங்கினார்கள். அம்மாவின் கையை விட்டுவிட்டு நானும் அவர்களுடன் இறங்க அவசரப்பட்டேன். சின்னதாக ஒரு அடி. அப்புறம் தூக்கியெடுத்து கரையில் நிறுத்துவதும் முடிந்தது. மரண வீட்டுக்குப் போகிறோமென்று யாரும் சொல்லாமலே தெரிந்துகொண்டிருந்த எனக்கு அழக்கூட முடியவில்லை. மரணம் மௌனமானது; ரகசியமானது.

பாதையின் சரளையிலும் மணலிலுமாக நடந்த குழு மரணவீட்டின் கேஸ்லைட்டின் வெளிச்சம் நோக்கி மௌனமாக நகர்ந்தது. எங்களுக்குப் பின்னால் நிழல்கள் மறுபடியும் மறுபடியும் நீளமாகிக்கொண்டிருந்ததை, இடையில் ஒருமுறை நின்று திரும்பிப் பார்த்து வியந்ததும் யாரோ என்னை பலமாகப் பிடித்து கூட்டத்தோடு சேர்த்து நடக்கச் செய்ததும் ஒரே சமயத்திலாக இருந்தது. மரணம் நிழல்; நிச்சலனம்.

மிகவும் பின்னோக்கிப் போகும் இன்னொரு நினைவும் உண்டு. மீண்டும் மரணத்தையும் இரவையும் நீர்நிலையையும் சுற்றிவருவது.

அன்று நாங்கள் வீயபுரத்திலிருந்தோம். அச்சன்கோவில் ஆறும் பம்பையும் கலந்து ஓடி பிறகு பிரிந்து பின்னொதுக்கி விட்டிருக்கும் அந்த குட்டநாடன் படுகையில் அரசின் மரக் கிடங்குக்குப் பக்கத்திலிருந்தது எங்களுடைய அதிகாரபூர்வமான இருப்பிடம். இரவின் நடுச் சாமம் கழிந்திருக்கும். எல்லாரும் நல்ல உறக்கத்திலிருந்தார்கள். திடீரென்று எதிர்பாராத சமயத்தில் வெளியிலிருந்து வழக்கத்துக்கு மாறான உரத்த அழைப்புகள்.

வீடு சட்டென்று விழித்துக்கொண்டது. சுற்றுச்சூழலுள் ஏதோ அசாதாரணத்தன்மை. திறந்த கதவுக்கு முன்னால், சட்டை போடாத ஒரு நபர் ஓலைப்பந்தத்தை மின்னவிட்டுக்கொண்டு நிற்கிறார். அப்பாவின் இளைய சகோதரியின் மரணச் சேதியைத் தெரிவிக்க வந்திருந்தார் அவர்.

அவர் வாசலிலும் நாங்கள் மூன்றுபேரும் அசையாமல் சத்தமில்லாமல் கதவுக்கு இந்தப் பக்கமுமாக நின்றிருந்தோம்.

தாமதமில்லாமல் ஒரு படகில் புறப்பட்டோம். சுற்றிலும் பார்க்க முடிந்தது தண்ணீரை மட்டுமே. தொலைவுகள் மெல்லிய மூடுபனியின் போர்வையில் அறியப்படாமலும் தெளிவில்லாமலும் கிடந்தன. மரணம்போல.

அலையாடாமல், மூச்சுவிடாமல் கிடந்த குட்டநாடன் நீர்ப்பரப்பினூடே எல்லாம் தெரியும் என்ற மௌனத்துடன் நாட்டுப் படகு நகர்ந்தது. இடைவிட்டு, மந்த தாளத்தில் படகுக் காரனின் நீண்ட மூங்கில் கம்பு ‘ப்ளும்’ என்று ஆழ நீரைத் துளைத்து சேற்றில் ஊன்றி அமைதிக்குத் தாளம்போட்டுக்கொண்டிருந்தது, வாழ்க்கை முழுவதும் திரும்ப வருகிற பிள்ளைப்பருவ அனுபவத்தின் ஒலிநினைவுதான்.

வீட்டுக்குள்ளே அடக்கமான குரலில் யாரோ ராமாயணம் வாசித்துக்கொண்டிருந்தார்கள். அதற்கும் மேலாக தெளிவற்ற விசும்பல்கள். தேம்பல்கள். மரணம் பிரிவுதான்.

தரையில் வெள்ளைத்துணியில் மூடிக் கிடத்தியிருந்த சடலம். தலைமாட்டில் நிறைய திரியிட்டு ஏற்றிவைத்திருந்த நிலவிளக்கு. எண்ணெய் நிரம்பிய தேங்காய் மூடிகளில் நான்கு பக்கமுமாக எரிகிற அரிசி விளக்குகள். நினைவில் துலங்கும் காட்சிகளின் முதல் கண்ணிகளிலேயே குடியேறின.

ஆழத்தில் பதிந்த அனுபவங்கள் நினைவுகளாக நம்மைப் பின் தொடர்கின்றன. பெரும்பாலும் துர்க்கனவுகளாக வந்து உலுக்குகின்றன. அபூர்வமாக சிலசமயம், கற்பனைக்குச் சிறகு முளைக்கச் செய்து கலைப்படைப்புகளாக மறுபிறவியெடுக்கின்றன.

உள்ளுக்குள், ஆழத்தில்போய் ஊன்றிய அனுபவங்களின் ஒளி – ஒலி நுட்பங்களையே தொடக்கத்திலிருந்தே என்னுடைய சினிமா உள்வாங்க முயன்றுகொண்டிருக்கிறது.

கதாபாத்திரங்கள் காண வந்தபோது

அதிகமும் தவறாகப் புரிந்துகொள்ளப்பட்ட சினிமாவாக இருந்தது 'முகாமுகம்'. படத்தின் ரிலீசைத் தொடர்ந்து வந்த நாட்கள் பதட்டமானவையாக இருந்தன. படத்தைப் பார்க்காதவர்களும் பார்த்தும் புரியாதவர்களும் வதந்திகள் கேட்டு சினம்கொண்டவர்களும் எதிர்த் தரப்பில் இணைந்தார்கள். அவர்கள் வீம்புடனும் ஆத்திரத் துடனும் பத்திரிகைப் பகுதிகளை நிரப்பினார்கள். அன்று உயர்ந்து கேட்ட வெற்றுக் கோஷங்களையும் ஆக்ரோஷங் களையும் ஒருவிதமான வேடிக்கையாகவே இன்று நினைக்க முடிகிறது. சிலர் அந்தப் படத்தை பகவான் மக்ரோனி யின் புது அவதாரம் என்று சொல்லி ஆட்சேபித்தார்கள். எதிர்த்தவர்களில் பலருக்கும் கம்யூனிஸ்ட் ஒருவன் மது வருந்தியதும் தலைமறைவு வாழ்க்கையில் பெண்ணுடன் உறவுகொண்டதும் தூக்கமும் செயலின்மையும் அந்த நபரை வீழ்த்தியிருந்ததும் ஏற்றுக்கொள்ள முடியாததாக இருந்தது. கம்யூனிஸ்ட் இயக்கத்தை அவமானப்படுத்துவதற் காக வெளித் தூண்டுதலில் உருவானது அந்த சினிமா என்றும் அதில் முழுக்க இருப்பது உண்மைக்கு மாறான அறிவிப்புகளே என்றும் அதில் இடம்பெறும் அரசியல் பின்னணி, வரலாற்றுண்மைகளுக்குப் பொருந்தாதவை என்றும் மற்ற சிலர் ஆட்சேபித்தார்கள். இந்திரா காந்தியின் படுகொலை சம்பவத்தைத் தொடர்ந்து அவசரமாக தேர்தல் நடத்தப்பட்ட சமயத்தில் படத்தை திரையிட்ட தற்குப் பின்னால் ரகசிய நோக்கங்கள் இருந்ததாகவும் ஆய்வாளர்கள் கண்டுபிடித்தனர்.

மது அருந்துபவர்களுக்கிடையில் காணமுடியாத விசித்திர ஜீவனல்ல கம்யூனிஸ்ட். மாறாக, பிற மனிதர் களைப் போலவே எலும்பும் சதையும் ரத்தமும் சலமுமுள்ள, நிலத்தில் காலூன்றி நடக்கிற ஒருவனாகவே படத்தில்

சித்தரிக்கப்படுகிறான்; என்றும் பொய்யானதோ வரலாற்றுக்கு முரணாகவோ ஒரு நியாயமும் அந்த சினிமாவில் இல்லை; குறுகிய நோக்கங்களின் தூண்டுதலின் பேரிலோ பாதுகாப்பிலோ சினிமாவெடுக்க இசைகிற கூட்டத்தைச் சேர்ந்தவனல்ல நான் என்று திரும்பத் திரும்ப ஆணையிட்டுச் சொல்லியும் யாருக்கும் எதுவும் புரிந்ததாகத் தோன்றவில்லை. மாறாக, ஆட்சேபித்தவர்கள் தங்களது முந்தைய நிலைப்பாடுகளை மேலும் உறுதிப்படுத்தவே செய்தார்கள். இந்தப் படத்துக்கு நேராக ஒரு கல்லையாவது வீசியெறியாத இடதுசாரி முற்போக்குவாதி இருக்கமாட்டான் என்ற கருத்து நாட்டில் பரவியிருந்ததாக அனுமானிக்கலாம். எதிர்ப்பாளர்களில் பாதிப்பேராவது தியேட்டரில் டிக்கட் வாங்கி சினிமாவைப் பார்த்திருந்தால் படம் சின்ன அளவிலா வது பாக்ஸ் ஆபீஸ் வெற்றி பெற்றிருந்திருக்கும்.

குழந்தைகளுக்குக் கதை சொல்லும்போது, கதாபாத்திரங் களைப் பற்றி பொதுவான விவரணைகளுடன் தொடங்குவது தானே வழக்கம். அவர்களில் பெரும்பான்மையும் அப்போது பொறுமையில்லாமல் கேட்கிற ஒரு கேள்வியுண்டு. அந்த ஆள் நல்லவனா கெட்டவனா? இதில் இரண்டில் ஒரு பிரிவில் ஒவ்வொருவரையும் சேர்த்துச் சொன்னால் மட்டுமே அந்தப் பருவத்தில் அவர்கள் மனசில் நுட்பமும் சாதாரணமுமான அனுபவங்கள் பக்குவமாகப் பதியும். முன்னர் கிடைத்த அறிவின் குறையும் புதியதாக வந்து சேருவதன் பழக்கமின்மையுமே இதற்குக் காரணம். ஆனால், போதுமான வாழ்க்கை அனுபவங் களும் பொதுவான உலக ஞானமும் பிரித்து அறிவதற்கு வாய்ப்புத் தரும் கல்வியுமுள்ள பொறுப்புணர்வுகொண்ட ஒரு தலைமுறை கலைப்படைப்புகளை 'நமக்கு எதிரானதா? ஆதரவானதா?' என்ற ரீதியில் எளிமைப்படுத்திப் பார்க்க முயற்சிப்பது மன்னிக்கக் கூடியதல்ல என்று சொல்லாமலிருக்க முடியாது.

தோப்பில் பாசியைப் போன்ற குறைந்த அளவிலான சில கம்யூனிஸ்டுகள் மட்டுமே 'முகாமுகத்தை' பார்க்கவேண்டிய முறையில் பார்த்தும் பார்வையாளனுக்கு உதவும் வகையில் அதைப்பற்றி எழுதவும் செய்தனர். ஆட்கூட்டத்தின் ஆர்ப்பாட்டங் களில் அத்தகைய விவேகமான குரல்கள் கேட்கப்படாமல் போயின என்பது வேறு சங்கதி. எதிர்ப்பு விவாதங்களால் சூழல் கொந்தளித்துக்கொண்டிருந்த அந்தக் காலத்தில் ஊரில் எல்லாருக்கும் தெரிந்த ஒரு குடிகாரர் என் வீட்டு வாசலில் தள்ளாடும் கால்களின் ஆட்டத்துக்குப் பொருத்தமான தாளத் துடனும் சொல்லுக்கு வளையாத நாக்குழறலுடனும் அவதூறுகள் சொல்லிவிட்டுப் போனது நினைவுகொள்ளத் தகுந்த அனுபவ மாக இருந்தது. கம்யூனிஸத்துக்கு எதிராகப் படமெடுத்த என்னை தட்டியெறிந்துவிடுவேனென்ற பயமுறுத்தலுடன் முடித்தார்.

எதுவாயினும் படமெடுத்ததன் பேரில் ரத்தசாட்சித்துவம் வரிக்கும் முதலாவது இயக்குநர் என்ற பெருமை எப்படியோ என்னை உரசிவிட்டு நழுவிப் போனது.

லண்டன், லொக்கார்னோ, நியூ யார்க் முதலான உலகப் படவிழாக்களிலெல்லாம் ஒரு கம்யூனிஸ்ட் திரைப்படம் என்ற அடைமொழியுடனேயே ‘முகாமுகம்’ அறிமுகமாகியிருந்தது. இது ஒரு முரணாகவே எஞ்சுகிறது. இதுபோன்ற படத்தை எடுத்த நபர் இயல்பாகவே ஒரு கம்யூனிச அனுதாபியாகவே வர்ணிக்கப்பட்டார். மாஸ்கோவில் ஐசென்ஸ்டீன் மியூசியத்தில் திரையிடல் முடிந்த பின்னர் நடந்த விவாதம் சீரியதானது என்றும் படைப்பின் சாரத்துக்கு மதிப்பளிப்பதாக இருந்தது என்றும் அந்த அருங்காட்சியக இயக்குநர் நவும் க்ளெய்மன் என்னிடம் தெரிவித்தபோது மகிழ்ச்சியாக இருந்தது. லொக்கார்னோ படவிழாவில் பிரபல பிரெஞ்சு விமர்சகர் லூயி மார்க்கரேலுடன் படத்தைப் பார்த்த ழாக் லெடோ பிரஸ்ஸல்ஸில் அவர் நடத்திவரும் மதிப்புக்குரிய லெ ஏஜ் ட் ஆர் திரைப்படவிழாவுக்கு அழைப்புவிடுத்துச் சொன்னார்: படம் முழுவதும் இடம்பெற்றிருக்கும் அசலான தேடல்கள்தாம் படத்தைத் தேர்ந்தெடுக்கக் காரணம். இதே காரணத்தால்தான் அபூர்வமான பிற திரைப்படங்களுடன் பிரஸ்ஸல்ஸ் திரைப்பட ஆவணக்காப்பகத்தில் அடுத்த நானூறு வருடங்களுக்குப் பத்திர மாகப் பாதுகாக்க ‘முகாமுக’மும் தேர்ந்தெடுக்கப்பட்டது.

ஒரே சினிமாவுக்காக சொந்த நாட்டில் நான் ‘எதிர்ப்பாள’னும் வெளிநாட்டில் ‘சார்பாள’னுமானேன். இதுபோன்ற இரட்டை வேடம் என்மீது சுமத்தப்பட்ட ஒன்று. எனக்குத் தெரிந்தோ நான் விரும்பியோ அதில் எனக்கு எந்தப் பங்கும் இல்லை. ‘பார்ப்பவனின் மனதில்தான் சினிமா நிகழ்கிறது, திரையில் அல்ல’ என்ற கலைக்கொள்கைக்கு இதைவிடச் சிறந்த உதாரணத்தைச் சுட்டிக்காட்ட முடியாது.

இதே சமயம் ஊரில் படத்துக்குக் கிடைத்த எதிர்வினை களில் அதிகம் யாருக்கும் தெரியாத ஒரு மறுபக்கமும் இருந்தது. கேரளத்துக்கு வெளியே, நாட்டின் இதர மாநிலங்களிலிருந்து, குறிப்பாக ஆந்திரப் பிரதேசம், மேற்கு வங்காளம், ஒரிசா ஆகிய இடங்களிலிருந்து இப்போது கட்சிப்பணிகளில் அவ்வள வாக ஈடுபட்டிராத ஏராளமான தோழர்களின் தனிப்பட்ட கடிதங்கள் எனக்கு வந்துகொண்டிருந்தன. படத்தில் உண்மை யல்லாத ஓர்அம்சமும் இல்லையென்று தங்களது வாழ்க்கையை உதாரணம் காட்டி எனக்கு ஆதரவளித்தார்கள். பெரும் தன்னம்பிக்கையை இது எனக்குத் தந்தது. என்மீது அவர்கள் கொண்டிருந்த விசுவாசத்தை முழுமையாக மதித்து தங்களது

பெயர் விவரங்களை வெளியிட வேண்டாமென்ற அவர் களுடைய நிபந்தனையை கறாராகக் கடைப்பிடிக்கவும் செய்தேன்.

அன்று மேற்கு வங்கத்தின் செய்தித் தொடர்புத்துறை அமைச்சராக இருந்த புத்ததேவ் பட்டாச்சார்யா (இன்று மேற்குவங்காளத்தின் முதல்வர்) கல்கத்தா நந்தன் திரையரங்கில் நடந்த ஒரு பிரத்தியேகக் காட்சி முடிந்து இறங்கும்போது சொன்னார்: 'கேரளத்தில் இந்தப் படம் பெரும் சர்ச்சையை ஏற்படுத்தியிருந்தது என்று கேள்விப்பட்டேன். முன் தீர்மானத் துடன் படத்தைப் பார்த்ததுதான் காரணம். இங்கே நாங்கள் இதுபோன்ற படத்தை அதற்குரிய முக்கியத்துவத்துடன் வர வேற்போம்.'

அவ்வாறிருக்கையில் ஒரு நாள் காலையில் ஏதோ தேவைக் காக வெளியே செல்ல அவசரமாகத் தயாராகிக்கொண்டிருந் தேன். அப்போது தொலைபேசி மணி ஒலித்தது. எப்போதும் இப்படித்தான் நேரம் கெட்ட நேரத்தில் தொலைபேசி அழைப்பு எல்லா ஏற்பாடுகளையும் குலைத்துவிடும்.

ஒருவகையான பிடிவாதத்துடன் மணி தொடர்ந்து அடித்துக்கொண்டே இருந்தது. பொறுமைசாலிகள் யாரோ தான் அழைக்கிறார்கள். விட்டுவிட மனமில்லை. பொறுமை யிழந்து ரிசீவரை உயர்த்தி என்னுடைய சலிப்பை மறைக்காமல் நான் செவிசாய்த்தேன்.

கங்காதரன் நாயர், அசோகன் (முகாமுகம்)

அடூர் கோபாலகிருஷ்ணன்

"ஹலோ, அடூர் கோபாலகிருஷ்ணன் வீடுதானே?"

"ஆமாம்"

"நீங்கள் வீட்டில் இருப்பீர்களா? பார்க்க வரவேண்டுமே!"

"நீங்கள் யார்?"

"நானா... நான் உங்களுடைய ஸ்ரீதரன்"

"புரியவில்லை..."

"உங்களுடைய கதாபாத்திரம். 'முகாமுக'த்தில் வரும் ஸ்ரீதரன்"

நான் முதலில் திகைத்தேன். பிறகு எனக்கு வேடிக்கை தோன்றியது.

"இப்போது அங்கே வந்தால் பார்க்க முடியுமா?" தொடர்ந்து கேட்டுக் கொண்டிருந்தார் அவர். சட்டென்று இதயத்துடிப்பு வேகமாயிற்று. எதிர்பார்ப்புக் கலந்த உற்சாகம் என் நெஞ்சுக்குள் மோதியது. ஒரே மூச்சில் சொன்னேன்.

"வாருங்கள். நான் இங்கேதான் இருப்பேன்"

போனைக் கீழேவைத்துவிட்டு யோசித்தேன். "வேண்டுமா? இது திட்டமிட்ட ஏதாவது ஆக்கிரமிப்பின் பாகமாக இருக்குமோ?"

அரைமணி நேரத்துக்குள், தோற்றத்தில் அறுபதுக்கும்மேல் வயது மதிக்கத்தகுந்த ஒருவர் கேட்டைத் திறந்து முற்றத்தில் நடந்து நெருங்கி வந்தார். நம்பிக்கை வராமல் பார்த்துக்கொண் டிருந்தேன் நான். நரைத்த தாடி, முடி, உயரம், பருமன் எல்லாம் அப்படியே இருக்கின்றன. கசங்கிய ஜிப்பாவும் அழுக்கும் தூசியும் அப்பிய கரைபோட்ட ஒற்றை வேட்டியும் அணிந் திருந்தார். வந்தவரை நான் உடனேயே அடையாளம் கண்டு கொண்டேன், ஸ்ரீதரன்.

என் முன்னால் வந்து நின்று மிகுந்த தன்னம்பிக்கையுடன் அவர் கேட்டார்.

"இன்னும் புரியவில்லையா?"

நான் ஒன்றும் யோசிக்காமல் சொன்னேன். "புரிந்தது. உள்ளே வாருங்கள்"

நான் திறந்துகொடுத்த கதவு வழியாக அவர் உள்ளே வந்தார்.

"உட்காருங்கள்"

என்னுடைய கதாபாத்திரம் என்னைப் பார்க்க வந்திருக் கிறது. உபசாரங்களில் குறையிருக்கக் கூடாது.

பிரம்பு நாற்காலியில் உட்காருவதற்கிடையில் எல்லாம் தெரிந்த பரிவுணர்வின் குரலில் சொன்னார். "படமெடுத்ததன் பேரில் நீங்கள் நிறைய சிரமங்களை எதிர்கொள்ள வேண்டி யிருந்தது இல்லையா? நான் எல்லாம் கேள்விப்பட்டேன்"

நான் ஆர்வத்துடன் விசாரித்தேன் "படம் பார்த்தீர்களா?"

"இல்லை, பார்க்காமலேயே எனக்குத் தெரியும்"

'அப்படியானால்... இந்த ஆள்' என்று மனசுக்குள் சொல்லிக் கொண்டேன். அதை வாசித்தவர்போல வந்தவர் கேட்டார். "படம் பார்த்துத்தானா எனக்கு என்னை..." மீதி வார்த்தை கள் நீண்ட இருமலில் சிக்கிக்கொண்டன. கடைசியில் மூச்சுத் திணறலுக்கிடையில் சொல்லி முடித்தார். "வந்த விஷயத்தைச் சொல்கிறேன். எனக்கு காசநோய். மருந்து எதுவும் பலிக்க வில்லை. சமீபகாலமாக இன்னும் மோசமாகிவிட்டது. அந்தப் பக்கம் குன்றின்மேலிருக்கிற டி.பி. ஆஸ்பத்திரியில் டாக்டரைப் பார்க்க வந்தேன். அங்கே படுக்கை கிடைக்கிறவரை ஒன்றோ ரெண்டோ நாள் எதாவது லாட்ஜில் தங்கவேண்டியிருக்கும். அதற்கான பணம் தரவேண்டும்"

ஒரு நிமிடம்கூட யோசிக்காமல் உடனே பதில் சொன்னேன். "தருகிறேன்"

என்னுடைய கதாபாத்திரம் என்னிடம் கேட்கிறது. நிச்சயம் அவருக்கு அதற்கான உரிமையுண்டு.

மொத்தம் இருநூறு ரூபாய் மட்டுமே அப்போது ரொக்கமாக என்னிடம் இருந்தது. அதைக் கொடுத்துவிடலாம். போதுமான தாக இருக்கலாம். அறைக்குள்ளே நுழையவிருந்தபோது பின்னா லிருந்து அவர் கூப்பிட்டார்.

"மாற்றி உடுக்கக் கையில் ஒன்றுமில்லை. ஒரு வேட்டியும் சட்டையும் வேண்டும்"

அந்த அவசியத்தில் சுபாவமில்லாதோ பேராசையோ எதையும் காணமுடியவில்லை மிக இயல்பாகவே பதிலளித்தேன்: "தருகிறேன்"

உள்ளே சென்று இரண்டு நூறு ரூபாய் நோட்டுகளை எடுத்துவந்து வந்தவரின் கையில் வைத்தேன். பிறகு துவைத்து பெட்டியில் வைத்திருந்த என்னுடைய கதர் சட்டையையும் இரட்டை வேட்டியையும் ஒரு காகித உறையிலிட்டு மிகுந்த நன்றியுணர்வுடன் அவருக்கு முன்னால் பிரம்புமேடை மேல்

அசோகன் ('அனந்தரம்')

கொண்டு வந்து வைத்தேன். மகிழ்ச்சிதானா என்ற அர்த்தத்தில் நான் அவர் முகத்தைப் பார்த்தேன்.

ஊஹூம் – அங்கே ஒரு உணர்ச்சி மாற்றமுமில்லை. நியாயமாக தனக்குரிமையானதை வாங்கிக்கொண்டது போன்ற பாவம்.

விருந்தோம்புபவன் சாமான்யமாக கடைப்பிடிக்கவேண்டிய உபசார மரியாதையை நினைத்து விசாரித்தேன். "காலையில் காபி குடித்தீர்களா?"

"இல்லை"

"அப்படியானால் வாருங்கள், நாம் சேர்ந்து சாப்பிடலாம்"

அதற்கும் பிரத்தியேகமான திருப்தியோ வேறு எதிர் வினையோ அந்த முகத்தில் தோன்றவில்லை.

மேசைக்கு இந்தப்பக்கமும் அந்தப்பக்கமுமாக உட்கார்ந்து காப்பியும் பலகாரமும் அருந்தும்போது அவர் தனக்குள்ளேயே சொல்லிகொள்வதுபோல பேசத்தொடங்கினார்.

"நான் இயக்கத்துக்காக தீவிரமாக வேலைசெய்த ஒருவன். ஏராளமான கஷ்டங்களைச் சகித்துக்கொண்டேன். என்னுடையது என்று சொல்லிக்கொள்ள ஒரு வாழ்க்கை இல்லை. நீண்ட காலம் தலைமறைவாக இருந்தேன். போலீசிடம் நிறைய அடி பட்டேன். ஜெயிலில் கிடந்தேன். அப்புறம் ரொம்ப காலம்

பம்பாயிலிருந்தேன். கே.ஏ. அப்பாஸ் போன்றவர்களுடன் நெருக்க மான பழக்கம் உண்டு. அப்பாஸ் டில்லியில் இந்தப் படத்தைப் பார்த்திருந்தார் இல்லையா?"

(சட்டென்று என் மனதில் ஒரு சித்திரம் மின்னி நகர்ந்தது. தில்லி திரைப்பட விழா பனோரமாவில் 'முகாமுகம்' திரை யிட்டதற்குப் பின்னர் பத்திரிகையாளர் சந்திப்பு தொடங்குகிறது. கேரளத்தில் ஆரம்பித்த விவாதத்தின் அலைகள் தில்லியையும் எட்டியிருந்தது. தயாரிப்பாளர் ரவியும் நானும் கேள்விகளை எதிர்கொள்ளத் தயாராக அமர்ந்திருந்தோம். அப்போது சக்கர நாற்காலியில் வந்து சேர்ந்த கே.ஏ. அப்பாஸ் கேள்வி பதில்களைக் கவனிக்கத் தயாராக உட்கார்ந்தார். அதற்கு இருபது ஆண்டுகள் முன்னர் பிலிம் இன்ஸ்டிட்யூட் சேர்க்கைக்காக அவர் என்னை இண்டர்வியூ செய்ததை எண்ணி மேடையிலிருந்தபடியே வணங்கினேன்).

சற்று நிறுத்தி, சிறிய மௌன இடைவேளைக்குப் பிறகு திடீரென்று அவர் சொன்னார். "உங்கள் படத்துக்கு வந்த எதிர்ப்புகளைப் பற்றி எனக்குக் கொஞ்சம்கூட ஆச்சரியமில்லை. வேறு என்ன வருமென்று நீங்கள் எதிர்பார்த்தீர்கள்?"

நான் ஒன்றும் பேசவில்லை; கேட்டுக்கொண்டிருந்தேன். அவரிடமிருந்து வந்த ஒவ்வொரு வார்த்தையும் எனக்கு மிக மிகப் முக்கியமானவையாக இருந்தன.

"டாக்டரைப் பார்த்துவிடுகிறேன். சீக்கிரம் சாகவில்லை யென்றால் மறுபடியும் பார்ப்போம்."

விடைபெற்று வெளியே இறங்கினார். நான் பின்னாலிருந்து கூப்பிட்டுக்கேட்டேன்.

"பெயரைச் சொல்லவில்லையே?"

என்னுடைய கேள்வியின் மடத்தனத்தைப் பற்றி எனக்கே சட்டென்று உணர்வு வந்த அடுத்த நொடியில் அவர் மெதுவாகத் திரும்பி, வேறுபடுத்திப் பார்க்க முடியாத ஓர் உணர்வுடன் சிரித்தும் சிரிக்காமலும் கேட்டார்: "பெயரா?"

II

முகாமுகத்துக்குப் பின் 'அனந்தரம்'.

அரசியல் சொல்லாடல்கள் அறவேயில்லாமல், என்னுடைய பிற படங்களிலிருந்து தனித்து விலகி நிற்கும் படைப்பு 'அனந்தரம்'. முண்டியடித்து ஏறவும் கைப்பற்றவுமான பேராசையுடன் மோது கிற சமூகத்தின் லௌகீக நடவடிக்கைகளிலிருந்து உள்ளொடுங்கி, தனக்குள்ளேயே சுருங்கி, கனவுண்மைகளில் அடைக்கலம் தேடுகிற

திறமைசாலியான அஜயன் என்ற இளைஞனின் கதை இது. தன்னுடைய கதையை நேரடியாக நம்மிடம் சொல்லுகிறான். புறக்கணிப்பு, அநாதைத்துவம், தனிமைப்படல், அன்புக்கான வேட்கை ஆகியவற்றின் கதை; உள்ளும்புறமும் பிரித்தறிய முடியாத எதார்த்த – கற்பனைகளின் அடுக்குகள் நிறைந்த கதை; தீவிர அனுபவங்களின் காயங்கள் எரியும் கதை. அல்லது கதைகள் மனக்கொந்தளிப்பின் விளிம்பை எட்டி மனநிலையே தாறுமாறாகிக்கொண்டிருக்கும் கட்டத்தில்தான் அவன் கதை களைச் சொல்லத் தொடங்குகிறான். தான் எப்படி இந்த வீழ்ச்சிக்கு ஆளானோம் என்று நினைத்துப் பார்க்கிறான். தன்னுடைய அனுபவங்களிலிருந்து தேர்ந்தெடுத்த அநேக சந்தர்ப்பங்களை மையக்கருவுக்கு ஏற்ப பட்டும்படாமலும் பகுத்துவைக்கும்போது அதற்கு ஒரு கதைவடிவம் உருவாகிறது. சொல்லப்படாமற் போனவை அவற்றின் அனுபவசாரத்தை கொக்கி போட்டுத் தேடும்போது அது வேறொரு தீவிரமான கதையாகிறது. ஒவ்வொன்றும் தனித்தனியாகவும் ஒட்டுமொத்த மாக இணைந்தும் அவனுடைய தற்போதைய பிறழ்வுநிலைக்கு நம்மை இட்டுச் செல்கின்றன. தன்னுடைய அனுபவங்களிலிருந்து கற்பனையோடு தேர்ந்தெடுக்கும் கண்ணிகளைச் சேர்த்து அவன் இனியும் கதைகள் புனையலாம். அவையெல்லாம் அவனை நெருக்கமாகவும் ஆழமாகவும் புரிந்துகொள்ள உதவலாம்.

பொதுவாக, 'அனந்தர'த்துக்கு மரியாதையான எதிர்வினை களே உருவாயின. எழுத்தும் வாசிப்பும் பழக்கமாகக் கொண்டிருந் தவர்கள் ஆதரவு காட்டினார்கள். சேது முதலான அறிமுகம் பெற்ற எழுத்தாளர்கள் மிக இதமாக கடிதங்கள் மூலமும் நேரடியாகத் தொலைபேசியில் அழைத்தும் அவர்களுடைய பிரியத்தை என்னிடம் தெரிவித்தார்கள். தாக்குதலின் அளவும் மிகக் குறைவாக இருந்தது. 'இருக்கிற கதையை நேராகச் சொல்லி யிருக்கக் கூடாதா?' என்று கேட்ட சுத்த ஆத்மாக்களும் இருந்தனர். எனினும் ஆயுதபாணிகளாக யாரும் தாக்குதலில் இறங்கவில்லை. அது பெரும் ஆறுதலாகவே இருந்தது.

ஒரு விஷயம் கவனத்துக்குரியதாக இருந்தது. பார்வையாளர் களில் பெரும்பான்மையும் இளைஞர்களாக இருந்தனர். அது நல்ல செய்தியாகத் தோன்றியது. அநாதையும் மென்மையான மனம்கொண்டவனும் கல்லூரி மாணவனுமான அஜயன் அவர்களில் ஒருவனாகத்தானே இருந்தான்.

சில இளைஞர்கள் ஒன்றுக்கு மேற்பட்ட தடவை போய் படம் பார்த்தார்கள். சிலர் தொலைபேசியில் அழைத்து தங்களுக்குப் பிடித்திருந்ததைத் தெரிவித்தார்கள். அபூர்வமாக சிலர், சந்தேக நிவாரணத்துக்காக வீட்டுக்கு வந்து என்னைப்

பார்த்துப் பேசினார்கள். எப்போதும் அவர்களை அன்புடன் வரவேற்று நீண்ட நேரம் பேசிக்கொண்டிருப்பது ஏறக்குறைய ஒரு வழக்கமாகவே ஆகிவிட்டிருந்தது. பணம் செலவழித்து பலமுறை படத்தைப் பார்த்தவர்கள் என்ற நிலையில் அல்ல; சாதாரணமானவற்றிலிருந்து வேறுபட்ட மையமும் கதையாடலும் உட்கொண்ட ஒரு திரைப்படத்துடன் அவர்களுக்கு ஏற்பட்டிருந்த நெருக்கமும் அறிமுகமும் அவர்களுக்கு அந்த உரிமையைக் கொடுத்திருந்தது.

அவ்வாறிருக்கையில் ஒருநாள் எஞ்சினீயரிங் மாணவன் என்று சுய அறிமுகம் செய்துகொண்ட ஒருவர் பிரத்தியேக விதமான ஆவேசம் நிரம்பிய குரலில் என்னை தொலைபேசியில் அழைத்தார்: "சார், அவசியமாக நான் உங்களைப் பார்க்க வேண்டும்" என்றார்.

அவருடைய குரலிலிருந்த அசாதாரணத்தன்மையைக் கவனித்த நான் "என்ன விஷயம்? என்று எடுத்துக் கேட்டேன்.

"இப்போது தியேட்டரில் ஓடுகிற உங்கள் படமிருக்கிறதே – 'அனந்தரம்', அது சம்பந்தமாகத்தான்"

இதுவரை விவாதங்களோ குற்றச்சாட்டுகளோ இல்லாமல் நிம்மதியாக இருந்து வந்தேன். இனி என்னவாகப் போகிறதோ?

என்னுடைய மௌனம் அவருக்கு சந்தேகத்தை ஏற்படுத்தியிருக்க வேண்டும். அவர் தொடர்ந்தார். "இன்றைய மாட்டினி ஷோ உட்பட பன்னிரண்டு தடவை படத்தைப் பார்த்திருக்கிறேன். உங்களுடன் நேரில் பேச எனக்கு ஒரு வாய்ப்புத் தரக்கூடாதா சார்?"

முடியாது என்று சொல்ல எனக்கு எந்த உரிமையும் இல்லை. அது மட்டுமல்ல, எனக்கு அவரைப் பார்க்கவும் பேசவும் வெகுவான ஆர்வம் தோன்றியது. "வாருங்கள்" என்றேன்.

உற்சாகமாகக் கேட்டார் அவர் "இப்போது வரலாமா சார்?"

அப்போது நேரம் எட்டுமணியை நெருங்கியிருந்தது.

"சரி, வாருங்கள்"

சற்று கழிந்ததும் வெளியில் ஒரு ஸ்கூட்டர் வந்து நின்றது தெரிந்தது. தொடர்ந்து வாசலில் தூக்குமணி மெதுவாக அடித்ததும் கேட்டது. கதவைத் திறந்தபோது வெளுத்து மெலிந்த சுமாரான உயரமுள்ள ஓர் இளைஞர். ஒரே பார்வையில் நல்ல பையன் என்ற அபிப்பிராயத்தை ஏற்படுத்தக்கூடிய நிற்பும் பார்வையும்.

முன் அறிமுகமின்மையின் இடைவெளியில் நின்று கொண்டு மன்னிப்புக்கோரலுடன் கேட்டார் "நான் தொந்தரவாக வந்துவிட்டேனா சார்?"

"ஒருபோதும் இல்லை, வாருங்கள்"

உள்ளே வந்தவர் தனிமையை உறுதிப்படுத்திக்கொள்வதற்காக சுற்றிலும் பார்த்தார். அங்கே வரவேற்பறையில் நாங்கள் இருவர் மட்டுமே. பார்வை பின்வாங்கி என் முகத்துக்கு நேராகத் திரும்பியது. நான் அவரையே ஆர்வத்துடன் பார்த்துக்கொண்டிருந்தேன்.

அவர் சற்றுப் பதட்டத்துடன் தலையைத் தாழ்த்திக்கொண்டார். முன்னுரை எதுவும் இல்லாமல் திடமும் தீனமுமான குரலில் திடீரென்று கேட்டார்.

"என்னைப் பற்றிய எல்லாமும் இவ்வளவு விவரமாகவும் விரிவாகவும் உங்களுக்கு எங்கேயிருந்து கிடைத்தது?"

"விளங்கவில்லை" பொருள் புரியாமல் அதிசயித்தேன் நான்.

"அனந்தரம் என்னுடைய கதை சார்"

"உங்களுடைய கதை..." நான் முடிக்கவில்லை. அவர் எழுதி வெளியிட்ட ஏதாவது கதையைப் பற்றியதா? கதைத் திருட்டு என்று புதிய குற்றச்சாட்டா?

'அனந்தரத்'தில் வரும் அஜயன் நானே தான். எல்லாமே என்னுடைய சொந்த அனுபவம். பார்க்கப் பார்க்க எனக்கு ஒவ்வொன்றும் தெளிவாகிறது; விவரமாகிறது"

என்ன சொல்வதென்று தெரியாமல் நான் பார்த்துக்கொண்டிருக்கும்போதே அவர் தனக்குள்ளேயே பேசிக்கொள்வதுபோல. "ஆனால், இதையெல்லாம் நீங்கள் எப்படித் தெரிந்துகொண்டீர்கள்?" என்று கேட்டார்.

"என்ன தெரிந்துகொண்டேன் என்கிறீர்கள். படைப்புகள் மூலம் ஆர்வலனிடம் ஓர் அளவுவரை சமமான அனுபவங்களை உருவாக்கவே ஒவ்வொரு எழுத்தாளனும் கலைஞனும் முயற்சி செய்கிறான்"

நான் சொன்னதை அவர் காதில் போட்டுக்கொள்ளவே இல்லை. மாறாக, முன்பு சொன்னதன் தொடர்ச்சிபோல "உங்களுக்கு சமயமிருக்குமானால், அக்கறையிருக்குமானால்... என்னுடைய கதையைச் சொல்லலாமா சார்?" என்று கேட்டார்.

"நிச்சயமாக... சொல்லுங்கள்" என்று மிகுந்த ஆர்வத்துடன் கேட்கத் தயாரானேன்.

அவர் சொந்தக் கதையைச் சொல்லத் தொடங்கினார். ஒரு மனநல மருத்துவரிடம் மனநோயாளி எல்லாவற்றையும் வெளிப்படையாகச் சொல்வதுபோல. எதையும் மறைக்காமல், எதையும் ஒளிக்காமல். எனக்குச் சிரமமாக இருந்தது. அவர் முழுமையாக என்னை நம்புகிறார். ஒருவேளை சுயசரித்திரத்தைச் சொல்வதன் மூலம் அவருடைய மனசின் பாரம் குறையக்கூடும். அவருக்கு சின்ன ஆறுதல் கிடைக்கக்கூடும்.

ஆந்திர கிராமத்தில் வறுமையையும் பசியையும் தெரிந்து கொண்டு பலருடைய தானத்தினூடேயும் துன்பங்களினூடேயும் வளர்ந்த அந்த இளைஞரின் கதை துயரம் நிரம்பியதாக இருந்தது.

சம்பவங்களின் உண்மை நிலவரத்தை என்னால் ஊகிக்க முடிந்தது. நகரத்தின் அலுப்பான மாலை நேரமொன்றில் பொழுதுபோக்குத் தேடி வாசிப்பும் சஹிருதயத்துவமுள்ள ஓர் இளைஞன் நண்பர்களுடனோ தனியாகவோ ஒரு சினிமாவைத் தேர்ந்தெடுத்துப் பார்க்கப்போகிறான். வழக்கத் துக்கு மாறான படத்தில் முற்றிலும் எதேச்சையாக தனது வாழ்க்கையைத் தொட்டுச்செல்லும் அனுபவத் தருணங்களுக்குச் சாட்சியுமாகிறான். ஒப்புக்கொள்ளல்களும் சந்தேகங்களும் இணைந்த அவனுடைய எதிர்வினை மீண்டும்மீண்டும் அவனை தியேட்டருக்குக் கொண்டுவருகிறது. திரும்பத் திரும்பப் பார்த்த பார்வையாள அனுபவத்தை தனது வாழ்க்கையின் பிரதிபலிப் பாக முதலில் சந்தேகித்தும் பிறகு நம்பியும் வசப்படுகிறான். கதை காரியமாகிறது; காரியம் கதையாகிறது.

அவரை கதையின் கற்பனையிலிருந்து எதார்த்தத்தின் வெளிச்சத்துக்கு அழைத்து வரும் வழிகளைப் பற்றி யோசித்துக் கொண்டிருந்தேன்.

நீண்ட நேரமாகியிருந்தது. இடையில் எப்போதோ என் மனைவி கொண்டு வந்து வைத்துப் போயிருந்த, அதற்குள் ஆறிப்போயிருந்த தேநீரை இருவரும் பருகினோம். கதை சொல்லி முடித்ததோடு எதிர்பார்த்ததுபோலவே அவர் களைத்து, பதற்ற மும் ஆவேசமும் தணிந்து அமைதியாகியிருந்தார். சரிதான், அவரும் அஜயனும் ஒரே பிரிவைச் சேர்ந்தவர்கள்தான். சில விஷயங்களில் அவர்களுக்கிடையில் அதிசயமான ஒற்றுமையும் இருக்கிறது.

நான் விளக்கினேன்: "மிக உண்மையானது என்றும் எதார்த்த மானது என்றும் சொல்லப்படுகிற கலைப்படைப்பு கூட வாழ்க்கை யின் அசல்பிரதியாகாது. உண்மையின் புறமல்ல கலை; அதன் அகம். அந்த அகம் ஒவ்வொரு கலைஞனுக்கும் வெவ்வேறானது. அதுமட்டுமல்ல, எப்போதும் தனது சூளையில் அவன் அதை

உருவாக்கிக்கொண்டுமிருக்கிறான். பிளவுபட்டதும் சிக்கலானது மானாலும் மானுட அனுபவங்கள்தாம் கருக்கள் என்பதனால் நம்மால் அவற்றுடன் இயல்பாக உறவுகொள்ள முடிகிறது"

என்னுடைய வார்த்தைகளை அவர் எப்படி உள்வாங்கிக் கொண்டார் என்று எனக்குத் தெரியாது.

"சாருடைய நேரத்தை ரொம்பவே நான்…" என்று சொன்ன படியே திடீரென்று புறப்பட எழுந்தார் அவர். பாக்கெட்டில் கைவிட்டு டாக்டரின் மருந்துக் குறிப்பையும் அலுமினியத் தகடு போன்ற உறைகளிலிருக்கும் மாத்திரைகளையும் என்னிடம் எடுத்துக் காட்டினார்.

"என்னை மிகவும் நெருக்கமாகத் தெரிந்த உங்களிடம் எதையும் என்னால் மறைக்க முடியாது. தூக்கம்போய் ரொம்ப நாட்களாச்சு சார். இந்த மாத்திரைகள்தான் எனக்கு இப்போது ஆறுதல்"

தூக்க மாத்திரைகளை அதிகமாக விழுங்கி உணர்விழந்த நிலையில் கிடந்த அஜயனை ஹாஸ்டல் அறைக்கு வந்து அவ னுடைய வளர்ப்புத் தந்தை துக்கத்தோடு பார்த்துக்கொண்டு நிற்கும் காட்சி ஏனோ என் முன்னால் குற்றவுணர்வுடன் வந்து நின்றது. கதவைத் திறந்து வாசலில் நிறுத்தியிருந்த ஸ்கூட்டரை நோக்கி அவர் நடந்தபோது பதற்றத்துடனும் பரிவுடனும் நான் நினைவூட்டினேன்: "கவனமாக ஓட்ட வேண்டும்".

வாக்கும் நோக்கும்

வைக்கம் முகம்மது பஷீரின் 'மதில்கள்' என்ற கதையின் அடிப்படையில் ஒரு படமெடுக்கவிருக்கிறேன் என்பதைத் தெரிந்துகொண்டு, பஷீரின் பெரும்பாலான படைப்புகளை ஆங்கிலத்தில் மொழிபெயர்த்திருப்பவரும் கலாரசிகரும் திரைப்படத் தயாரிப்பாளருமான வி. அப்துல்லா என்னிடம் கேட்டார்.

"பெண்ணின் மணத்தை எப்படிக் காட்டுவீர்கள்?" யோசிக்க அதிக நேரமெடுத்துக்கொள்ளாமல் பதில் சொன்னேன் "அது சினிமாவில் சாத்தியமில்லை. நான் அதற்கு முயற்சி செய்யமாட்டேன்."

அப்துல்லா திரும்பவும் சொன்னார்: "கதையில் நுட்பமான பகுதியாயிற்றே அது"

"நிச்சயமாக – மிகவும் ரசிக்கத்தகுந்ததாக எனக்கும் தோன்றியதுதான். ஆனால், மூக்கை உயர்த்திக்கொண்டு பெண்ணின் மணத்தை முகர்வதாக ஒரு நடிகர் நடித்தால் பார்ப்பவர்களுக்கு அருவருப்பாக இருக்குமே!"

"சரிதான்" என்று என்னுடன் உடன்பட்டார் அப்துல்லா.

"அப்படியானால் பிறகு..."

கதையில் அதுபோன்ற குறிப்புகளின் வேரைத் தேடுவதே சரியென்று எனக்குத் தோன்றியது.

நீதிமன்ற தண்டனை விதிக்கப்பட்டு சிறைக்குக் கொண்டுவருவதற்கு முன் கேசெடுக்காமலும் கணக்கில் சேர்க்காமலும் பஷீரை நீண்ட நாட்கள் லாக்கப்பில் அடைத்திருந்தார்கள். சின்னக் கூண்டிலிருந்து பெரிய கூண்டுக்கு மாற்றம் என்பது மட்டுமே வித்தியாசம்.

அடூர் கோபாலகிருஷ்ணன்

கதையில் பின்னர் ஏறத்தாழ தொடர்ச்சியாகச் சொல்லப்படுகிற லாக்கப் வாழ்க்கை சினிமாவில் முதல் காட்சிக்கான மையமும் சம்பவமும் காரணமுமாயிற்று.

பெண்ணின் அண்மைக்காக வேட்கைகொள்ளும் தனிமையான ஆண்மனதின் தீவிர வெம்மைதீரல்தான் இந்த பெண் மணத்தின் உறைவிடமாக இருக்கவேண்டும். இங்கே, பஷீரின் படைப்புத் திறன் காரணமாக் புனைவும் உண்மையும் வேறு படுத்திப் பார்க்கமுடியாததாகின்றன.

இனி இதே அம்சத்தை வேறொரு முறையிலும் பார்க்கலாம். ஏறத்தாழ 1942ஆம் ஆண்டையொட்டி பஷீர் சிறையிலடைக்கப் படுகிறார். சிறைவாசத்தின் கசப்புகளிருந்து கால் நூற்றாண்டு தூரத்தைக் கடந்த, எல்லாருக்கும் அறிமுகமான ஒரு முதிர்ந்த எழுத்தாளராக இன்று நம்மிடம் கதைசொல்கிறார். அந்தக் காலத்தின் சோகமதுரமான ஒரு காதலனுபவத்தை மனதில் கடைந்து பதற்றமாக, கதையாக, என்றோ மறந்துபோய் இப்போது திரும்ப அழைக்கையில் அந்த அனுபவம் நினைவின் வெளிச்சம் விழாத சிமிழில் எங்கோ மறைந்திருந்து, விரும்பியும் கிடைக்காத பெண்ணின் மணமாக ரசாயன மாற்றம் பெற்று ஒரு ஜ¯ரக்கனவுபோல இங்கே மறுபிறவியெடுத்ததா?

அதுவுமில்லையென்றால், ஆணும் பெண்ணும் ஆதி மனிதர் களைப்போல நாகரிகத்தின் மரியாதைக் கவசங்களை நொறுக்கி எறிந்து மனதின் நிர்வாணத்தில் இயற்கையான வாழ்க்கைமுறை களில் பிற ஜீவராசிகளைப்போல சுதந்திரமாக ஈடுபட்டு இயல் பான மணங்களிலும் முனகல்களிலும் கலந்து ஒருவரையொருவர் தெரிந்துகொண்டு ஆடவும் கூடவும் செய்த முழுமையான நடவடிக்கையின் ரகசிய அடையாளங்கள்தானே இதில் நிறையவும்?

பெண்ணின் மணத்தை நமக்கு அனுபவமாக்க பஷீருக்கு சுருக்கமான சொற்கள் போதுமாக இருந்தன. அதே உணர்ச்சியை, அதே அனுபவத்தை பார்வையாளனுக்கு வழங்க ஒரு சினிமா படைப்பாளன் முன்னும் பின்னும் பக்கவாட்டையும் வேர்களை யும் தேடவேண்டியதாகிறது. இந்தத் தேடல் ஆத்மார்த்தமான தாக இருக்குமானால் சிலசமயம் புதிய கண்டுபிடிப்புகளுக்கு வழியமைக்காமல் போகாது. அதுவுமில்லையென்றால் வெவ்வேறு தள ரசானுபவங்களை நோக்கி பார்வையாளனை இட்டுச் சென்றாலும் போதும்.

வார்த்தையின் வலிமையையும் திறமையையும் நாம் முழுமையாக அறிகிறோம். தேடல்கள் நம்மைக் கொண்டுபோய்ச் சேர்ப்பது இணையான அனுபவங்களின் இடமாக இருக்கலாம்.

எனினும் அவை சமானமாக இருப்பது அசாத்தியம். காரணம், ஓர் எல்லைவரை ஊடக அடிப்படையிலான வேறுபாடுகள் இங்கே தடையாகின்றன. இதை நாம் கட்டாயம் தெரிந்து வைத்திருக்க வேண்டும்.

பிரபல பிரெஞ்சு நாவலாசிரியரும் திரைப்படக் கலைஞரு மான ரோப் க்ரியே அடைமொழிகளை முழுமையாக விலக்கி விட்டு, காமிராக் கோணத்தில் அகப்படும் பொருள்களைப்போல, மேற்பூச்சு இல்லாத விவரணை மூலம் கணக்கெடுப்பின் துல்லியத் துடன் வெளியிட்ட 'எதிர் நாவல்கள்' உண்மையில் என்ன விளைவை ஏற்படுத்தின? அலங்காரப் பிரயோகங்களில் மறைந்து மின்னும் வசீகரத்தையும் அடைமொழிகளில் மலர்ந்து விரிய வேண்டிய அற்புதங்களையும் தேடிய வாசக மனம் பெரும் தொந்தரவுக்குள்ளாயிற்று. இலக்கியத்திலிருந்து சினிமாவுக் குள்ள தொலைவைக் குறைப்பதற்குப் பதிலாக இந்தப் புதிய அணுகுமுறை மீண்டும் எழுத்தாளனின் படைப்பாக்கப் பரப்பையே விரிவுபடுத்தியது.

இலக்கியவாதியின் 'கும்மிருட்டு' வாசித்து அனுபவிப்பதற் கானது; அனுபவித்துத் தெரிந்துகொள்வதற்கானது. திரைப்படத் தில் 'கும்மிருட்டுக்கு' துல்லியமான காட்சிவடிவம் தரவேண்டி யிருக்கிறது. அதற்குக் கட்டாயமாகக் கொஞ்சம் வெளிச்சம் இருந்தே ஆகவேண்டும். வெளிச்சத்தை சாட்சியாக நிறுத்தாமல் இருட்டுடன் எந்த விவகாரமும் இங்கே சினிமாவில் நடவாது. இருட்டு உருவாக்கும் இயல்பான அமைதியை நோக்கியல்ல

மதில்கள்

அது உருவாக்கும் அனுபவத்தின் தீவிரத்தை நோக்கியே திரைப் படம் அடியெடுத்து வைக்க வேண்டும்.

'அவர் ஒரு நல்ல மனிதர்' என்று எழுத்தாளன் ஒரு கதா பாத்திரத்தை அறிமுகப்படுத்திவிட்டு அடுத்த நடவடிக்கைக்குப் போய்விடலாம். இந்தக் கதாபாத்திரத்தை ஒரு நல்ல மனிதனாக ஆக்குவதற்கு திரைப்படக்காரன் மண்டை உடைய வேலை செய்யவேண்டும். அதற்கான திறமையோ ஈடுபாடோ இல்லாத சினிமாக்காரன் சுலபமான வழியாக நான்கைந்து கதாபாத்திரங் களை விட்டு தொடர்ந்து சொல்லவைப்பான்... "அவர் நல்லவர்". வழக்கம்போல வாய்நடிப்பை மட்டும் கவனிக்கிற பார்வை யாளனுக்கு அது போதுமானதாக இருக்கிறது என்பது வேறொரு நிஜம்.

இவையெல்லாம் ஊடகங்களின் பிரத்தியேக குணங்கள் முன்வைக்கும் பிரச்சனைகள்.

தன்னைத்தானே கதையாடலின் மையத்தில் நிறுத்திக் கொண்டு 'நான்' என்று தன்மைக்கூற்றாகக் கதைசொல்லும் எழுத்தாளனின் பாத்திரச் சித்தரிப்பும் சிக்கலானதுதான்.

'மதிலுக'ளில் வரும் 'நான்' என்ற கதாபாத்திரம் எழுத்தாள னும் நாயகனுமான வைக்கம் முகம்மது பஷீர்தான். ஆனால், இதைத் தேடித் தெரிந்துகொள்வதற்கான பொறுப்போ சாவ காசமோ சினிமா ரசிகனுக்கு இல்லை. இந்த 'நான்' யாரென்று

மம்முட்டி, திலகன் (மதில்கள்)

முடிந்த உபாயங்களைப் பயன்படுத்தி சினிமா பார்ப்பவனுக்கு தெரிவிக்க வேண்டிய பொறுப்பும் திரைப்படக்காரனுடையது.

'மதிலுக'ளின் வாசகன் முன்னால் தன்னுடைய இடத்தை நிறுவிக்கொண்ட எழுத்தாளன் உட்கார்ந்திருக்கிறார். போற்று தலுக்குரியவர் அவர். வைக்கம் முகம்மது பஷீர் 'நான்' என்று தொடங்குவதற்குள் வாசகர்கள் அவர்களாகவே சொல்லிவிடு கிறார்கள்... 'தெரியும் தெரியும்... எங்களுடைய பிரியமான கதாசிரியர்'.

சினிமா பார்க்க தியேட்டருக்குள் நுழைகிற பார்வை யாளனோ முன் அறிமுகம் இல்லாத பஷீர் என்ற கதா பாத்திரத்தைப் பார்த்து தன்னைத்தானே கேட்டுக் கொள்கிறான். 'யார் இவர்?'

ஒரு சினிமா படைப்பாளனை விபத்துக்குள்ளாக்கக்கூடிய அனைத்தும் இங்கு முன்னரே தயாராக இருக்கின்றன. வாசக னின் பிரியத்துக்குரிய எழுத்தாளர், ஒரு கலாச்சார நிகழ்வாகவே மாறிவிட்ட பிரபலமான இலக்கியப் படைப்பு. வானம் தொட எழுந்து நிற்கும் கல் மதில்கள்; உள்ளுக்குள்ளே திறந்துதிறந்து போகும் இரும்புக் கதவுகள்; தரையில் நிழல் படரவிட்டு, அணிலுக்கு புகலிடம் தந்து கிளைகளை நீட்டி நிற்கும் மரங்கள் கொண்ட ஒரு மத்திய சிறை படைப்பை வாசித்த ஒவ்வொரு வருடைய மனதிலும் இருக்கிறது.

வருடக்கணக்காக திருவனந்தபுரத்தில் வசித்து வருபவன். எனினும் ஒருமுறைகூட மத்திய சிறைச்சாலையைப் போய்ப் பார்க்க மெனக்கெட்டதில்லை. ஆனால், இந்தப் புத்தகத்தை ஆதாரமாக்கி சினிமா எடுக்கலாமென்று தீர்மானம் செய்ததும் முதலில் செய்த காரியம் மத்திய சிறையை வெளியில் நின்றாவது ஒருமுறை பார்த்ததுதான்.

பூஜைப்புரைக்கு குன்றேறும் சாலையருகில் சாதாரண மதிலையொட்டிய கேட்டுக்கு மேலாக அரைவட்ட வடிவில் மரப்பலகையில் செதுக்கி வைத்திருக்கும் 'திருவனந்தபுரம் மத்திய சிறைச்சாலை' என்ற பெயர்ப்பலகையை அந்த வழியில் செல்லும் யாராவது கவனிப்பதாகத் தோன்றுவதில்லை. அப்புற மும் இப்புறமுமுள்ள மற்ற எந்த கேட்டையும் போலவே அதுவும் ஒன்று. கதவைத் தாண்டினால் ஒரு செம்மண் பாதை உள்ளே நீண்டுபோகிறது. அது முடியுமிடத்தில் ஒரு சிறிய கோவில். அதற்குப் பின்னால் வட்டவடிவில் கட்டிய சிறையின் வெளிப்புற மதில். அது வானம் தொடுவதில்லை என்பது மட்டுமல்ல செங்கல்லில் இருபதடி உயரத்துக்கு கட்டியெழுப்பி காரை

அடூர் கோபாலகிருஷ்ணன்

பூசி முன்பு எப்போதோ காவியடித்த சுவர். காவி இப்போது அடியில். அதற்கு மேல் கரும்பச்சைப் பாசி. எனக்கு ஏமாற்றமாக இருந்தது. இந்த மதிலை இப்படியே காட்டினால் பஷீரின் வாசகர்களுக்குத் திருப்தியாக இருக்குமா? ஒரு வாசகனான எனக்கே போதாது என்றுதான் தோன்றியது. காவியும் காரையும் கரும்பாசியும் சேர்ந்த பூஜைப்புரை மத்திய சிறையின் மதிலும் என் மனதில் உதித்த மதிலும் ஒன்றல்ல. அதுமட்டுமல்ல, இரண்டையும் ஒப்பிடக்கூட முடியாது. கல் மதிலின் கடினத்தை இந்தச் செங்கல் மதிலால் ஏற்படுத்த முடியாது என்பதும் நிச்சயம். போதாததற்கு ஒரே மதிலை சிறைக்கு உள்ளேயிருப்பவனும் வெளியே இருப்பவனும் ஒரே மாதிரியாகப் பார்ப்பதில்லையே. யோசித்துப் பார்த்தால் சிறையிலிருக்கும் எழுத்தாளனின் துயரமான இறந்த காலம் நினைவில் கனத்து எழுப்பிய மதில் இது.

அப்படியானால் வேறு வழியென்ன? ஒரு பெரிய கல் மதிலைக் கண்டுபிடிப்பதுதான். அதிர்ஷ்டமென்றே சொல்ல வேண்டும். கன்னியாகுமாரிக்கு அருகிலுள்ள வட்டக்கோட்டையையும் சுற்றுப்புறங்களையும் பரிசோதித்து திருப்தி வராமல் ஏறத்தாழ ஏமாற்றத்துடன் திரும்பி வந்ததற்கு மறுநாள் திருவனந்தபுரத்திலேயே மேற்குக் கோட்டையின் சில பகுதிகள் சுவரெழுத்தோ சிதிலமோ இல்லாமல் கொடிகள் படர்ந்து மூடி கட்டப்பட்ட காலத்தின் பாதுகாப்பிலேயே இருப்பதை கண்டுபிடித்தேன். பிறகு தாமதம் செய்யவில்லை. கல் மதிலுள்ள கோட்டையின் மேற்புறத்தை காட்சிக்குள் கொண்டுவராமல், வானம் தொட அது உயர்ந்து போவது போன்ற தோற்றம் தரும்படி படப்பிடிப்புச் செய்தேன். திருவனந்தபுரம் மத்திய சிறையின் நிலவியலும் சுற்றுப் புறமும் தெரிந்தவர்கள் இந்தக் கல்சுவர் எங்கிருந்து வந்தது என்று வியப்படைந்திருக்கலாம். இந்த அளவில் அனுபவம் சார்ந்த உண்மையுணர்வை இந்தக் காட்சிகளில் கொண்டுவர முடிந்தது என்பதே என் நம்பிக்கை.

மத்திய சிறையின் நேரடிக் காட்சியுடன் தொடர்புள்ள சில புகைப்பட நகல்களை எடுப்பதுதான் இங்கே நடைமுறையிலுள்ள சினிமா வழக்கம் என்பதையும் நினைவுகூர வேண்டும். அதை மாற்றவிரும்பும் ஒருவன் கண்டது கண்டபடி, கேட்டது கேட்டபடி என்ற வகையிலான எதார்த்த அணுகுமுறையைக் கைவிட்டு நடந்து நடந்து உருவான பாதையை விலக்கி கல்லிலும் முள்ளிலும் சிலசமயம் கண்ணாடிச் சில்லுகள் மீதும் சதுப்புக் குழிகள் மீதும் வெறும் கால்களுடன் நடக்கத் தயாராகிறான். இந்த செயலில் ஈடுபடுபவனை ஒரேசமயம் தீரன் என்றும் முட்டாள் என்றும் அழைக்கலாம். காரணம், ஊடகத்தின்

வழக்கங்களை மாற்றுவதன் மூலம் அவனுடைய புரவலர்களுக்கு அவன் அந்நியனாகிறான்.

இலக்கியத்திலோ? எழுத்தாளன் வாசகர்களுடன் வாழ்வனுபவங்களைப் பகிர்ந்துகொள்ளும் செயல்பாட்டில் – அந்த அனுபவங்கள் எந்தத் தரத்திலும் எந்தத் தளத்திலும் இருக்கட்டும் – அவனுடைய படைப்பு ரசமாற்றமடைவதோடு சொற்களும் வியப்புகளும் கரைந்து இல்லாமற்போய் உணர்வுகள் மட்டும் எஞ்சுகின்றன. சிறப்படையாளங்கள் மறந்து சிறப்பு மட்டும் துலங்குகிறது. விவரணைகள் உறைந்து பொருட்களும் நபர்களும் சம்பவங்களும் மோதல்களும் இணைதல்களும் – அதிகமேன், உலகங்களே உருவாகின்றன. சொல்லின் வாகனமேறி வாசகர்கள் சென்று சேராத இடமேயில்லை. அனுபவிக்காத சுகமில்லை துக்கமில்லை, சந்தேகமில்லை, எதிர்பார்ப்பில்லை, பயமில்லை, நிராசையில்லை, நம்பிக்கையில்லை.

சொல்லாததைத் தெரிந்துகொள்ள சொன்னதுமட்டுமே போதுமென்ற பெருமையும் சொல்லுக்கு உண்டு. படிமங்களை முன்வைக்காமலேயே கருத்துநிறைவேற்றத்துக்கு முன்னால் ஒரு வாழ்க்கைக் கடமையைப் பூர்த்திசெய்த புண்ணியத்தில் சொற்கள் வெளிப்படையானதாகின்றன. மறைந்து இல்லாமற் போகின்றன.

கதையும் கதாபாத்திரங்களும் வார்த்தைகளிருந்து விடுதலை பெற்றுத்தான் பிறப்பதும் துடிப்பதும் மரிப்பதும். இவையெல்லாம் நடைபெறுவது எழுத்தாளன் மூலகாரணமாக இருந்து வாசகனில் உருவாக்குகிற சம உணர்வுமனோநிலையில். எழுத்தும் எழுத்தாளனும் இல்லாமற்போகும் கட்டத்தில் வாசகன் அவனது அனுபவ மண்டலத்தில் புதுப்புது எதார்த்தங்களை எதிர்கொள்ளுகிறான். மீண்டும் மீண்டும் அறிந்துகொள்கிறான், அனுபவிக்கிறான். ஜென்மங்களிலிருந்து ஜென்மங்களுக்கு மறுபிறவியெடுக்கிறான்.

வேறுவிதமாகச் சொல்வதென்றால் அனுபவநிறைவோடு எழுத்தாளனின் ஊடகம் இல்லாமற்போகிறது. அதன் கடமை இட்டுச் செல்வது; பிரதிபலிப்பதல்ல. இது இலக்கிய ஊடகத்துக் குரிய படைப்பியல் தனித்துவம்.

சினிமாவின் நிலையையும் விதியையும் இந்தப் பின்னணியி லேயே காணவேண்டும்.

இயற்கையிலிருப்பதை அதேபோல ஒற்றியெடுப்பதுதான் காமிராவின் கடமை என்ற எண்ணத்தை ஒளிப்பதிவு என்ற கலை கைவசமான நாட்களிலேயே நமக்குள் உறுதிப்படுத்திக் கொண்டுவிட்டோம். மையக் கரு, கதையாடல், பாத்திரச்

சித்தரிப்பு, உரையாடல், ஒலிப்பதிவு போன்ற அம்சங்களிலும் இந்த எண்ணத்தின் உப்பு கரைந்திருக்கிறது. விளைவு, நேரடியாகப் பார்ப்பதற்கும் நேரடியாகக் கேட்பதற்கும் அப்பாலுள்ள செயல் களை வெளிப்படுத்த நாடகத்தன்மையான உரையாடல்களை மட்டுமே மார்க்கமாகக் கண்டுவந்திருக்கிறோம். அதுமட்டுமல்ல, நாடகம் முதலான கலைகளின் மேடையைவிட்டுக் கீழிறங்கிய எதையும் ஒப்புக்கொள்ளும் துணிவோ தன்னம்பிக்கையோ நம்முடைய 'ஜனரஞ்சக சினிமா' நடைமுறையாளர்களுக்கு மிஞ்சாமற்போயிற்று. சாமான்ய மக்கள் கண்டும் கேட்டும் பழகிய சினிமா திரையில் நிகழ்கிறது; அங்கேயே ஒடுங்குகிறது. விளக்கு ஒளிர்ந்தால் வேறு உலகம் என்பதுதான் இந்த சினிமாக் களின் வெற்றி ரகசியம். கலையனுபவத்தில் பங்காளியாகும் பார்வையாளனையோ அவனை அபூர்வ உணர்வுகளின் புதிய எல்லைகளுக்கு அழைத்துச் செல்லும் பெருந்தன்மையோடு தயாராக நிற்கும் திரைப்படக்காரனையோ அந்த இருட்டில் துளாவினால் தட்டுப்படுவார்கள் என்று கருதவேண்டாம். அழகியல் அனுபவத்தின் ஜீவ ஊற்றின் முன்னால் அல்ல நீங்கள் அமர்ந்திருப்பது என்பதை நினைவில் வைத்துக்கொள் ளுங்கள். பார்வையாளனை ஒரு கூட்டாளியாக்க மறுக்கிற ஒரு வெளிப்பாட்டு மரபு அனுமதிக்கும் ஜீவனில்லாத இரண்டாந் தரமான அனுபவ ஆபாசங்கள்தாம் அங்கே திரையில் மேள தாளங்களுடன் மின்னி மறைகின்றன. வெறும் பார்வையாள னாக நீங்கள் உட்கார்ந்துகொண்டால் போதும். பாக்கியெல்லாம் முறைப்படி திரையில் செய்துகொடுக்கப்படும்.

உயர்வான இலக்கியப்படைப்பு வாசகனுக்குள் நுழைந்து அவனுடன் விவாதித்து வாழத் தொடங்குகிறது; இதே படைப் பனுபவம் ஓர் உயர்ந்த சினிமா தொடர்பாகவும் நிகழவேண்டும். ஆழமாக இறங்கும் உண்மையான அவதானிப்பின் தீவிரமும் புதியதும் தீரமுமான தேடல்கள் தரும் உற்சாகமும் சேர்ந்து பார்வையாளனை புதிய புதிய கண்டுபிடிப்புகளின் சுவையில் பங்காளியாக்க வேண்டும். இது சாத்தியமானால் திரையில் படரும் நிழல்கள் உடல்பெற்ற உயிர்களாக ரசிப்பவனின் மனதுக்குள் நுழைந்து பொருள்நிறைந்த விவாதத்துக்கு அவனைத் தகுதிப்படுத்த வேண்டும். இதற்குத் தேவையான துணிவும் திறமையுமுள்ள ஆயத்தங்களால் மட்டுமே புதையுண்டு நிற்கும் சராசரித்தனத்தின் சதுப்புச்சேற்றிலிருந்து சினிமாவை தூக்கி யெடுத்து படைப்பாற்றலின் உச்சங்களுக்குக் கொண்டுசெல்ல முடியும். நிச்சயம்.

திரைக்கதை – ஒரு முன்னுரை

தொடக்கத்திலேயே கேட்கவேண்டிய ஒரு கேள்வி: நீங்கள் திரைக்கதையை நம்புகிறீர்களா? நம்பாதவர் என்றால் இனி, நான் சொல்லப்போகும் எதுவும் உங்களை முன்வைத்து அல்ல என்பதைத் தெரிவித்துக்கொள்கிறேன்.

ஃபெல்லினியைப் போன்ற பெருமைக்குரிய உலக சினிமாக்காரர்களில் சிலர் முன்பே எழுதித் தயார்செய்த திரைக்கதையின் தேவையை நம்பியிருந்தவர்களல்ல. காமிராவுடன் நேரடியாக வாழ்க்கையைச் சித்தரிக்க முற்பட்டு வெற்றி பெற்ற பிரபலங்களும் பலர். இவற்றை யெல்லாம் ஒப்புக்கொள்ளும்போதே ஓர் உண்மையை நாம் காணாமலிருந்துவிடக் கூடாது. காகிதத்தில் குறித்து வைக்காவிட்டாலும் கூட மொத்தத்தில் தாங்கள் மேற் கொள்ளவிருக்கும் படைப்பாக்கச் செயல்பாட்டைப் மனதில் தெளிவான கருத்துகளை உருவாக்கிக்கொண்ட பின்னரே அவர்கள் படப்பிடிப்புக்குத் தயாராவதைப் பார்க்கிறோம். ஓவியரான ஃபெல்லினி தயாரிப்பு கட்டங் களில் பயன்படக்கூடிய வரைபடங்களை (ஸ்கெட்ச்) எப்பொதும் தயார்செய்து வைத்திருப்பார் என்பதும் இங்கே நினைவுக்கு வருகிறது.

திரைக்கதை தொடர்பான என்னுடைய கருத்துக் களையும் நம்பிக்கைகளையும் சுருக்கமாகச் சொல்லும் இந்தச் சிறுகட்டுரை ஒருவகையில் ஒரு விசுவாசியின் ஒப்புதல்.

சினிமாவின் அடிப்படையான அம்சம் எதுவென்று யாராவது கேட்டால், இரண்டாவது முறை யோசிக்காமல் நான் பதில் சொல்வேன் – திரைக்கதை. கதைப்படங்கள் மட்டுமே இங்கே பேசப்படுகின்றன என்பதையும்

இத்துடன் சேர்த்துக்கொள்வேன். ஏனென்றால் ஆவணப் படங்களின் சங்கதி வித்தியாசமானது.

இங்கே ஒரு விஷயத்தைத் தெளிவுபடுத்த வேண்டியிருக் கிறது. என்னுடைய சினிமாவின் திரைக்கதையை நான் எழுதினால்தான் சரியாக இருக்கும் என்று உறுதியாக நம்பு கிறேன். இது பிடிவாதத்தின் பிரச்சனையல்ல. அவ்வளவு நல்ல தாக இராத முதல் அனுபவங்களிலிருந்து படிப்பினை பெற்றுக் கற்றுக் கொண்டது. ஏனென்றால் திரைப்படத்தின் மொழி, அறிவியல் ஆகியவற்றுடன் கொள்ளும் தொடர்புகளின் மூலமும் இடைவிடாத பயிற்சிகளின் மூலமும் நான் சொந்தமாக்கிக் கொண்ட என்னுடைய திரைப்படக் கலாச்சாரத்தின் இறுதி யான கற்பனைதான் நான் வெளிப்படுத்த விரும்பும் சினிமா. எனவே, நாம் மிகவும் மதிக்கும் ஓர் எழுத்தாளரால்கூட எனக்கு திருப்திதரக்கூடிய ஒரு திரைக்கதையை எழுதித் தரமுடியாது என்று கருதுகிறேன்.

என்னைப் பொருத்தவரை திரைப்பட ஆக்கத்தின் மிக முக்கியமானது என்பது போலவே மிகச் சிரமமானதும் கால மெடுத்துக் கொள்வதுமான கட்டமும் திரைக்கதை உருவாக்கத் தின் கட்டம்தான்.

எல்லா அம்சங்களிலும் முழுமைபெற்ற ஒரு திரைக்கதை தயாராகாமல் படப்பிடிப்புப் பணிகளைத் திட்டமிடுவது என்னால் முடியாது. திரைக்கதையும் அப்படியே நேராகத் தோன்றிவிடுவதோ ஒற்றையிருப்பில் உருவாகிவிடுவதோ அல்ல. அவசரமாக எழுதித் தீர்ப்பதல்ல திரைக்கதை என்பதே சாராம்சம்.

முதலாவதாக, எதைப் பற்றியது என்னுடைய சினிமா என்று எனக்கு நானே உணர்த்த வேண்டும். 'கதைப்பொருள்' நிர்ணயம் அல்லது 'விஷய'த்தை உறுதி செய்வது இந்த நட வடிக்கை மூலம் தொடங்குகிறது.

இந்தக் கதைப்பொருளைப் பயன்படுத்தி எந்தக் கருத்தை நான் எனது பார்வையாளனுடன் பகிர்ந்துகொள்ளப் போகிறேன்? இதற்கான பதில் என் தரப்பில் இருக்குமானால் அதுதான் 'கதைக் கரு'.

அடுத்து, இந்தக் 'கரு'வை கருப்பையிலெடுத்து வளர்த்து பெரிதாக்கும் தகுதியுள்ள – ஆரோக்கியமும் உயிர்ப்புமுள்ள – ஓர் உடலும் மனமும் உருவாகவேண்டும். இங்கே, கதையும் கதாபாத்திரங்களும் கர்ப்பச்சுமையை ஏற்றுக்கொள்கின்றன.

எல்லாக் கதையும் சினிமாவுக்குப் பொருந்தக்கூடிய கதை யாகாது. கதாபாத்திரங்களும் வாழ்க்கை நிகழ்வுகளும் இணைந்து

உருவாகும், உருவாக்கப்படும் நம்பத்தகுந்த ஒரு கதை உள்ளே இருக்க வேண்டும். கதையின் நிகழ்ச்சிப்போக்குகளின் காரண காரியம்சார்ந்த சுருக்கமான வரைவு இந்தக் கதை.

கதை உருவாகிவிட்டால் அமைப்புரீதியான உருவம் *(Treatment)* தயார் செய்யவேண்டும். இந்த இடத்தில் ஏறத்தாழ எல்லா சம்பவங்களையும் பரிணாம அடிப்படையிலான மாற்றங்களையும் திருப்பங்களையும் முடிந்தவரைக்கும் விவரமாகவே விவரிக்கவேண்டும். சின்னதும் பெரியதுமான மொத்த கதாபாத்திரங்களும் இந்தக் கட்டத்தை அடைந்ததும் அணி வகுத்து நிற்கும். அதனால் இந்த சமயத்தில் அவர்கள் பேசத் தொடங்கவேண்டுமென்பதில்லை. அவர்களில் சிலருக்கு கட்டாயமாக எதையாவது சொல்லியே தீரவேண்டுமென்றிருந் தால் பேசட்டும். தடுக்கவேண்டாம். 'ட்ரீட்மெண்ட்' என்று சொல்லப்படும் இந்தக் கட்டத்தில் கற்பனையிலுள்ள சினிமாவைப் பொருத்தவரை அதை எடுக்கும் நபரின் அணுகு முறை என்னவென்று ஏறத்தாழ விளங்கிவிடும்; விளங்க வேண்டும். ஏனெனில், தெளிவற்ற 'ட்ரீட்மெண்ட்' கிடையாது. சுருக்கமாகச் சொன்னால் என்ன நடக்கிறது, எப்படி நடக்கிறது என்பதை விளக்கமாகவும் விவரமாகவும் சொல்லுகிற முக்கியமான சான்று இது.

அடுத்தபடிதான் திரைக்கதை. திரையில் காண்பிக்கவிருக்கிற, கேட்பிக்கவிருக்கிற எல்லா காட்சிகள், ஒலிகளின் விவரங்கள், காட்சியாகப் பகுத்து உரையாடல்கள் சகிதம் எழுதப்பட்டது இந்த வடிவம். திரையில் காணவிருக்கிற சினிமாவின் காகித வரைபடமாக இருக்கவேண்டும் அது.

திரைக்கதையில், காட்சிகளாகப் பிரித்து எழுதும்போது அந்தப் பாகுபாட்டின் அடிப்படை நாடகத்தின் காட்சிகளி லிருந்து வேறுபட்டது. நாடகத்தின் காட்சிகள் ஒவ்வொன்றும் உள்ளுக்குள் கொந்தளிக்கும் நாடகத்தன்மையுள்ள மோதலை மெல்லமெல்ல உச்ச கட்டத்துக்குக் கொண்டுசெல்லக் கடமைப் பட்டவை. ஆனால், சினிமாவில் முதன்மையாக செயல்நிகழும் இடப் பின்னணியை அடிப்படையாகக்கொண்டே காட்சிகள் பகுக்கப்படுகின்றன. மற்றொரு நிர்ணய அம்சம், சம்பவம் நிகழும் காலம். ஒரே இடத்தில் நடைபெறும் வெவ்வேறு காட்சிகளையும் தொடர்ச்சியாகப் படப்பிடிப்புச் செய்வதுதான் எப்போதும் எளிதானது; வசதியானது. அப்படி வரும்போது இடத்தையும் காலத்தையும் அடிப்படையாகக்கொண்ட காட்சிப் பாகுபாடு தவிர்க்க இயலாததாகிறது. இங்கே, படப்பிடிப்புக்கான சௌகரியத்துக்கே முன்னுரிமை. காட்சி அமைப்புகளில் சிறப்பம்சங்களை உபயோகிப்பது பெரும் பயனைத்தருமென்று

சொல்லிவிட முடியாது. திரைக்கதையின் முதன்மையான நோக்கம் இலக்கியமல்ல. ஆனால், சினிமாவுக்கு முதலீடு செய்ய விருக்கும் அப்பாவியை மடக்க, சமத்காரமாக வர்ணனைகளின் தேவையை ஒருவன் நாடுவதைப் புறக்கணிக்கவும் முடியாது. வாயைப் பெரிதாகத் திறந்து அலறிக்கொண்டு தங்களுடைய திரைக்கதையை தயாரிப்பாளர்கள், விநியோகஸ்தர்கள் மத்தியில் வாசித்துக்காட்டும் பழக்கம் நமது பழம்பெரும் எழுத்தாளர்களில் சிலரிடம் இருந்ததாகக் கேள்விப்பட்டிருக்கிறேன். அதையெல்லாம் பிழைப்புக்கான ரகசிய வித்தைகள் என்று தெரிந்துகொண்டு விட்டுவிடுவதுதான் ஒரே வழி.

காட்சிப் பாகுபாட்டில் அவசியமாக இருப்பவை – சம்பவங் களின் இயல்பும், கதாபாத்திரங்களின் செயல்பாட்டின் விவரங் களும். இங்கும் அவர்களுடைய மன நடவடிக்கைகளுக்கல்ல; மாறாக, வெளிநடவடிக்கைகளுக்கே முக்கியத்துவம் வழங்கப்பட வேண்டும் என்பதைக் குறிப்பிடலாம். நடவடிக்கைகளின் சாமர்த்தியமான தொகுப்புமூலம் கதாபாத்திரங்களின் அகத்தைக் காட்டுவது என்ற களைப்பேற்படுத்தும் கடமையை மேற்கொள்ள நேர்கிறது. சில இயக்குநர்கள் அபூர்வமான சந்தர்ப்பங்களில் படப்பிடிப்பு நேரத்தில் பயன்படக்கூடிய சில நினைவுக்குறிப்பு களை எழுதி வைத்துக்கொள்வதும் உண்டு.

காட்சிகளில் அவற்றின் செயல்பாட்டுக்குத்தான் முன் னுரிமை. உரையாடல் வேண்டாம் என்பதல்ல. நிச்சயமாகவும் வேண்டும். ஆனால், அது வெறும் அரட்டையாகிவிடக் கூடாது. மனிதர்கள் தமக்கிடையே பழகும்போது வார்த்தை வடிவிலான கருத்துப்பரிமாற்றம் நடக்கும். சந்தேகமே இல்லை. ஆனால், அது மிக முக்கியமான செயல்பாட்டுக்குப் பதிலானதாக இருக்கக்கூடாது. ஒரு கதாபாத்திரத்தை நல்லவன் அல்லது மோசமானவன் என்று நான்குபேர் சொல்லிக்கேட்ட விவரம் மட்டுமே பார்வையாளனுக்குக் கிடைப்பது என்பது நிச்சயமாக நல்லதல்ல. பார்வையாளனுக்கு பாத்திரங்களைக் கண்டு அவர் களைப் பற்றி சுய அபிப்பிராயம் உருவாக்கிக்கொள்வதற்கான வாய்ப்பு மறுக்கப்படுகிறது என்பது இதன் பொருள். உரையாடல் இயல்பானதாக இருக்கவேண்டும் என்பதுபோலவே முக்கிய மானது அதனூடே கதையாடலின் நாடகத்தன்மைக்கு தீவிரம் ஏற்படவேண்டும் என்பதும். அதாவது, கேட்ட நொடியில் ஏற்படும் உணர்ச்சிக்கு அப்பால் யோசிக்கவைக்கக் கூடியதாகவும் உரையாடல் இருக்க வேண்டும். கேட்பவனுக்கு புதிய அறிவை உண்டாக்கக் கூடியதாக இருக்கவேண்டும். பார்வையாளன் நேரடியாகப் பார்த்ததை கதாபாத்திரத்தின் மூலம் மறுபடியும் சொல்லவைக்கக் கூடாது. அவர்கள் பார்க்கப் போவதைப்

பற்றி முன்கூட்டியே சொல்லி பார்வையாளர்களின் ஆர்வத்தைக் கெடுக்கவும் கூடாது. இப்படியானல் மட்டுமே யோசித்தும் நினைத்தும் சூழ்நிலைக்கேற்றபடி பேசப்படும் பேச்சுகளுக்கு அர்த்தமும் அழகும் வந்துசேரும்.

பாத்திரங்களையும் அவர்களது வாழ்க்கைச் சூழ்நிலை களையும் படைப்பாளன் நெருக்கமாக அறிந்தவனாக இருக்கை யில் மட்டுமே தனித்துவமுள்ள கதாபாத்திரங்கள் உருவாகின்றன. அப்படி அறிந்தவன் காட்சியின் உண்மையும் நுட்பமுமான செய்கை மூலமோ உரையாடல் பகுதி மூலமோ மிகத் திறமையாக இதை நிறைவேற்ற முடியும்.

ஒரு திரைக்கதையில், தொடக்கத்திலிருந்து முடிவுவரை வருகிறவனைப்போலவே முக்கியமானவை ஒருமுறை மட்டும் வரும் சிறு பாத்திரங்களும். அவர்களுடைய தொழிலையோ கல்வித் தகுதியையோ விளக்கிச்சொல்லாமற் போனாலும் எழுத்தாளனுக்கு அந்த விஷயங்களில் ஆர்வமும் அறிவும் இல்லாமலிருக்கக் கூடாது. நமக்குப் பழக்கமான வசூல் வெற்றிப் படங்களில், அழகான கதாநாயகன் செய்கிற ஒரே வேலை காதலிப்பதுதான். அபூர்வமாக அவனை மாணவனாகவோ பணியாற்றுபவனாகவோ காட்டும்போதும் கனவான் என்ன படிக்கிறார் என்றோ என்ன வேலை செய்கிறார் என்றோ தெளிவாக்கப்படுவதில்லை. வில்லனின் விஷயமும் மாறுபட்ட தல்ல. அவனுடைய முழுநேர வேலையும் வில்லத்தனம் செய்வது தான்.

வயது முதிர்ந்தவர்கள் சொல்லும் பழங்கதைகளுக்கிடையில், 'அவன் நல்லவனா, கெட்டவனா?' என்று கேள்விகேட்டு உறுதிப்படுத்திக்கொண்டு மீதிக் கதையைக் கேட்கத் தயாராகிற குழந்தைகளுக்குச் சமமாக முதிர்ந்த பார்வையாளர்களையும் இறக்கிவிடுவது ஆட்சேபத்துக்குரிய நிலை. திரைக்கதைக்கு அடுத்ததாக மற்றொரு படைப்பாக்க மாற்றமும் உண்டு. ஆங்கிலத் தில் ஷூட்டிங் ஸ்க்ரிப்ட் என்று சொல்லப்படும் இந்த உரு மாற்றத்தை 'படப்பிடிப்புப் பிரதி' என்று அழைக்கலாம். காட்சி யமைப்பை மீண்டும் பிரித்து உருவாக்கும் காட்சிகளின் நுணுக்க மான விவரங்கள் இதில் இருக்கும். தொலைவு, அருகாமை, இடைத்தூரம் என்று காட்சியின் நீளத்தைப்பற்றிய விவரங்கள், காட்சிக்கோணங்களின் விவரங்கள் கதாபாத்திரங்கள், காமிரா வின் நகர்வுகள், படப்பிடிப்பில் பயன்படுத்தும் ஸ்பெஷல் லென்ஸ்கள், ஒளியமைப்புக்கான அறிவுறுத்தல்கள் – இதுபோன்ற அநேக தொழில்நுட்பப் பின்னல்கள் கொண்டதாக இந்தப் பிரதி இருக்கும். தன்னுடைய அடிப்படைப் பிரமாணமாக

இயக்குநர் கருதும் இந்தப் பிரதி படப்பிடிப்புக்குப் பின் நடை பெறும் தொகுப்புப் பணியின் சாத்தியங்களையும் கணக்கிலெடுத்துக் கொண்டே தயார் செய்யப்படுகிறது.

இங்கே இன்னொரு விஷயத்தையும் தெளிவுபடுத்த வேண்டும். மேற்சொன்னதை கருத்தில் கொள்ளும்போதும் திரைக்கதை பிரதானமாக, ஓர் அடிப்படையும் வழிகாட்டியும் மட்டும்தான். அதற்கு மேல் சினிமா தன்னுடைய படைப்பு மாளிகையைக் கட்டி உயர்த்துகிறது. கருத்தரிப்பு நடந்த முதல் நிமிடத்திலிருந்து ஏராளமான தயாரிப்பு நடைமுறைகளினூடே உயிர்ப்புடன் தொடர்ந்து வளர்ச்சி பெறுவதற்கான சுதந்திரம் சினிமாவின் படைப்பாக்கத்தில் அனுமதிக்கப்பட வேண்டும். புகழ் பெற்ற எழுத்தாளர்கள் எழுதிக் கொடுக்கும் திரைக்கதைகளை காற்புள்ளி, முற்றுப்புள்ளி மாறாமல் படமாக்குவதில் பெருமிதமும் நிறைவும் பெறும் சில இயக்குநர்கள் இருக்கிறார்கள். தங்களால் வெறும் உடலுழைப்பை மட்டுமே தரமுடியும் என்று நம்புகிற அப்பாவிகள் அவர்கள். திரைப்படத் தயாரிப்பில் முதன்மையானதும் தீர்மானமானதுமான அம்சம் திரைக்கதை என்று ஒப்புக்கொள்ளும் அதே நேரத்தில், உருவாக்கப்படும் சினிமா திரைக்கதையின் நகலாக இருக்கவேண்டும் என்ற அணுகுமுறையும் ஏற்றுக்கொள்ளத் தகுந்ததல்ல.

சினிமா உருவாக்கத்தில், இறுதியாக பார்வையாளன் முன் வந்துசேரும் பொருள், திரைக்கதையின் கட்டத்துக்குள்ளும் கோணத்துக்குள்ளேயும் அடங்கிய பாவனையாகவோ உருவம் திரண்ட நகலெடுப்பாகவோ ஆகவேண்டியதல்ல; மாறாக மூலப் படைப்பிலிருந்து உயர்ந்து சொந்தச் சிறகுகள் விரித்துப் பறக்கும் முற்றான அனுபவமாக இருக்கவேண்டும்.

கதைக்கு அப்பால்

அச்சியற்றப்பட்ட ஓர் இலக்கியப்படைப்பை, அது கதையோ, நாவலோ, நாடகமோ எதுவானாலும், திரைப் படமாக்க முன்வரும் ஒருவன், அறிந்தோ அறியாமலோ நிச்சயமாக ஓர் ஆபத்தான பிரதேசத்தில்தான் காலெடுத்து வைக்கிறான். சினிமாவின் கடமையும் நோக்கமும் கதை சொல்வதோடு தீர்ந்து விடுகிறது என்று கருதும் சாமான்ய ஜனங்கள் பெரும்பாலும் மூலக்கதையிலிருந்து மாற்ற வில்லை என்று வியப்படைவது அசாதாரணமல்ல. வேறு சிலர் 'புத்தகத்தை வாசித்தபோது கிடைத்த சுவை சினிமா விலிருந்து கிடைக்கவில்லை' என்று புகார் சொல்பவர்கள். அதாவது, ஒரு நூலின் திரைப்படமாற்றம், ஒன்று மூலத் தின் அச்சு அசலாக இல்லை அல்லது இலக்கிய குணத்தி லிருந்து வேறுபட்டு நிற்கிறது. ஒரு திரைப்படக்கலைஞன் வெறும் ஊடக மாற்றத்துக்கு மட்டுமே முற்பட்டிருந்தா னென்றால், எழுத்தாளனின் வரம்புக்கு அப்பால் இறங்கிச் செல்லும் துணிவோ திறமையோ அவனிடம் இல்லாம லிருந்தால் இதுபோன்ற மதிப்பீடுகளைத் தேவையில்லா தவை என்று சொல்லாமலிருக்கலாம். கதையாடலைத் தாண்டிய பார்வைகளுக்கு முனையும் திரைப்படைப்பு களுக்கு எதிராகவும் விவரமில்லாமல் இத்தகைய வழக்க மான விமர்சனங்களுடன் குதித்து வருகிற விமர்சன மேதைகள், அசல்தன்மையையும் கற்பனைச் செறிவையும் இனங்கண்டுணர தங்களால் முடிவதில்லை என்று பகிரங்க மாக இங்கே ஒப்புக்கொள்கிறார்கள். ஆதாரமான படைப்பி லிருந்து, ஏற்கவேண்டியவற்றை ஏற்றும் விலக்கவேண்டிய வற்றை விலக்கியும், வாழ்க்கைத் தருணங்களையும் நாடகத் தன்மையுள்ள சூழ்நிலைகளையும், ஏன் கதாபாத்திரங்களை யும் சில சமயம் கதைப்போக்கையும் கூட, விருப்பத்துக்கு

அடூர் கோபாலகிருஷ்ணன்

ஏற்ப மாற்றியும் புரட்டியும், மறைந்திருப்பதை வெளிப்படுத்தியும், உறங்கிக்கிடப்பதை எழுப்பியும், இல்லாததை பிறப்பித்தும் இருப்பதை போஷித்தும்தான் ஒரு சிறந்த திரைப்படைப்பை உருவாக்க முடியும். இப்படி ஆதாரமான படைப்பை கச்சாப் பொருளாகக் கருத அறிவின் பின்பலமும் தளராத தன்னம்பிக்கையும் கொண்டவனாக திரைக்கலைஞன் இருக்கவேண்டும் என்பதைச் சொல்லவேண்டியதில்லை. இதன் பொருள் மூலப் படைப்பிலிருந்து முடிவாக உருப்பெற்ற சினிமா மூலத்துக்கு எதிரானதாக இருக்கவேண்டும் என்பதல்ல. மாறாக, நகலெடுப்பாகவோ, தரக்குறைவான தழுவலாகவோ ஆகிவிடக் கூடாது என்பதுதான்.

பின்னோக்கிப் பார்க்கும்போது சினிமாவின் இலக்கிய உறவுக்கு அதன் ஆயுளின் நீளமிருப்பதைக் காணலாம்.

மானுடப் பண்பாட்டின் ஆழத்தையும் பரப்பையும் எல்லாக் காலத்திலும் தெளிவாகப் பிரதிபலித்து வந்திருக்கும் அறிவுத்துறையே இலக்கியம். அந்தக் காரணத்தாலேயே, ஒரு தொழில்நுட்ப அற்புதமாகப் பிறந்த சினிமா, படைப்பாற்றலின் தழுவலை ஏற்கத்தொடங்கிய ஆரம்ப நாட்களிலேயே இலக்கியத்தின் பழகிய பாதைகளில் சஞ்சரிக்கத் தொடங்கியது தற்செயலானதல்ல. சினிமா பிறக்கும்போதே, எழுத்து மொழியிலிருந்த கதையாடலுக்கு ஓட்டமும் உயிர்ப்பும் மட்டுமல்ல நவீனத்துவமும் வந்து சேர்ந்திருந்தது என்பதை மறக்கவியலாது. சினிமா வந்து சேர்ந்த பின்பு, கூடவே சென்றும் தொட்டுக் காட்டியும் கதை சொல்ல முடியுமென்றானது. தன்னுடைய கடமை கதை சொல்வதுதான் என்று சினிமாவே நம்பிய காலமும் இருந்தது. எவ்வாறாக இருந்தாலும் இலக்கியத்துடன் ஏற்படுத்திக்கொண்ட உறவு சினிமாவுக்கு தீமையுண்டாக்கியதாகச் சொல்ல இயலாது. அந்தப் புனித உறவை நிலைநிறுத்திக் கொண்டே நாடகம், இசை, ஓவியம், நடனம் இவற்றோடும் தொடக்கத்திலிருந்தே சினிமா நெருங்கிய நட்பைப் பேணி வந்தது. அது நல்லதாயிற்று. அத்தகைய உறவுகள் தழுவல்களுக்கும் நகலெடுப்புகளுக்கும் ஆரம்பத்தில் வழிகோலின; எனினும் காலப்போக்கில் சினிமாவுக்கு சுதந்திரமான ஒரு மொழி உருவாகிவந்தது. அதுவரை பழக்கமாகியிருந்த எதன் நிழலும் நீரும் சினிமாவின் இன்றைய நவீன மொழியில் மிஞ்சவில்லை.

ஆனால், சினிமாவையும் இலக்கியத்தையும் பற்றிய நமது பொதுச்சிந்தனைகள் இப்போதும் பக்குவப்பட்டிருப்பதாகக் கருதமுடியாது. அவை ஆதிகாலப் பதிவுகளின் செல்வாக்கில் அகப்பட்டிருக்கின்றன. இலக்கியவாதி – அவன் என்னவிதமானவனாகவும் இருந்துவிட்டுப் போகட்டும் – மறுக்கப்பட முடியாத

படைப்பாற்றல் மிகுந்தவன் என்றும் அவனுடைய திருத்தக் கூடாத திருவாசகங்களை அப்பட்டமாக வார்த்தை மாறாமல் பெயர்ப்பதே சினிமாக்காரனின் கடமை என்றும் அப்பாவி களான நமது விமர்சகர்கள் சிலர் கருதுகிறார்கள். சினிமாவுக்கு நேராகக் கண்ணை இறுக்கி மூடிக்கொண்டு எழுத்தாளனுக்காக முடக்குவாதமும் வக்காலத்தும் செய்யும்போது அறிவுள்ளவர்கள் முகத்தைத் திருப்பிக்கொண்டு சிரிக்கிறார்கள். இலக்கியப் படைப்பு வாசித்து ரசிக்க என்பதுபோல திரைப்படைப்பு கண்டும் கேட்டும் ரசிப்பதற்கானது என்பதை எத்தனை முறை திரும்பத் திரும்பச் சொன்னாலும் அதிகமாகாது.

'அவன் அந்த தெருமுனையிலிருக்கும் டீக்கடைத் திண்ணை யில் தன்னுடைய கஷ்டங்களையும் துயரங்களையும் யோசித்துக் கொண்டு சும்மா உட்கார்ந்திருந்தான்' என்று நீங்கள் சினிமா வுக்கு அடிப்படையாக எடுத்துக்கொண்டிருக்கும் கதையில் எழுதியிருப்பதாக வைத்துக்கொள்வோம். இதை வாசிக்கும் ஒவ்வொருவரும் தனக்குப் பழக்கமான ஒரு தெருவையும் ஒரு டீக்கடையையும் கற்பனைசெய்து பார்க்கிறார்கள். கஷ்டப் படுகிற ஒருவனை அவனுடைய வயதும் உருவமும் திட்டமாகத் தெரியாவிட்டாலும் கற்பித்துக் கொள்வார்கள். அவனுடைய கிழிந்த வேட்டியைப் பற்றிக் குறிப்பிடப்பட்டிருந்தால் அதையும் மனதுக்குள் பார்ப்பார்கள். 'கஷ்டங்களும் துயரங்களும்' என்ற பிரயோகத்துக்கு ஏறக்குறைய நெருக்கமான அர்த்தம் சுமத்தி

கோபகுமார் (விதேயன்)

அவனை புரிந்துகொள்ளவும் செய்வார்கள். அதாவது, எழுத்தாளனால் தேர்ந்தெடுத்த சொற்பிரயோகம் மூலம் தன்னுடைய கற்பனையிலுள்ள ஒரு கருத்தை நேரடியாக வாசகனிடம் பகிர்ந்துகொள்ள முடிகிறது. ஆனால், இது ஒவ்வொரு வாசகனிடமும் ஒரே அளவிலும் விகிதத்திலும் சென்று சேரவேண்டுமென்றில்லை. ஒவ்வொருவரது அனுபவம், அறிவு, ஞாபகம், மனப்பாங்கு ஆகியவற்றின் பெருமை சிறுமைகளும் ஏற்றத் தாழ்வுகளும் கட்டாயம் அதில் இருந்தே தீரும். கதாபாத்திரச் சித்தரிப்பு எத்தனை நுட்பமாக இருந்தாலும் சூழ்நிலைக் குறிப்பீடுகள் எத்தனை விரிவாக இருந்தாலும் பின்புல வர்ணனை எத்தனை நீண்டதாக இருந்தாலும் அப்படித்தான். அதாவது, எழுத்தாளன் எவ்வளவு பிரபலமானவனாக இருந்தாலும் அவனுடைய கற்பனை உருவாக்கிய அதே உருவ உள்ளடக்கத்துடன் கதையோ கதாபாத்திரங்களோ கதையின் பின்னணியோ எல்லா வாசகரையும் ஒரேபோல சென்றடைவதில்லை. சிலரிடம் சில சமயம் அது நழுவி விடலாம். சிலரிடம் எதிர்பார்த்ததற்கு மாறாக வளர்ச்சி பெறலாம். எவ்வளவு வர்ணனையாக, எதார்த்தமாக எழுதப்பட்ட நாவலானாலும் அது நிகழ்வது வாசகனின் அனுபவம் நிறைந்த மனதில்தான். சொற்களுக்கும் விவரணைகளுக்கும் நம்மிடம் அனுபவங்களைக் கொண்டுவந்து சேர்க்கும் வரைதான் ஆயுள். பின்னர் பிறவிக்கடனை நிறைவேற்றிய நொடியில் அவை ஏதோ விரிந்த வெற்றுவெளியில் பறந்து மறைகின்றன. பொருளின் ஈர்ப்புவிசையிலிருந்தோ உண்மையின் ஈர்ப்புவிசையிலிருந்தோ விடுதலை பெறுகின்றன.

அதேசமயம் ஒரே படைப்பு வெவ்வேறு வாசகர்களிடையே வெவ்வேறு தொனியுள்ள அனுபவங்களை உருவாக்குகிறது என்பது அதன் வெற்றியும் சாதனையும்கூட.

'அவனை'ப் பற்றி முன்பே சொன்ன வாசகத்தை அடிப்படையாக வைத்து சினிமா எடுக்கத் தயாராகும் ஒருவன் ஏராளமான கேள்விகளுக்கும் சந்தேகங்களுக்கும் பதிலைக் கண்டுபிடிக்க வேண்டும். உருவத்தைப் படித்து உள்ளத்தைக் காட்டுவதுதானே அவனுடைய செயல்பாடு. அது துப்புரவாகச் செய்யப்படவேண்டுமானால், எழுத்தாளன் பார்க்காததையும் சொல்லாததையும் அதிருப்திகொள்ளாமல் அலைந்தும் தேடியும் தெரிந்துகொள்ள வேண்டும். அவனுக்கு முன்னால் குறுக்குவழிகள் திறப்பதில்லை. மூடிய கதவுகள் ஏராளம். தட்டினால் திறக்காதவற்றை மோதியாவது திறக்கவேண்டும்.

நமது கதாநாயகனுக்கு ('அவனுக்கு') என்ன வயது? உயரம்? ஒல்லியா குண்டா? முடியிருப்பவனா வழுக்கைத் தலையனா? தெருமுனையிலிருக்கிற தேநீர் விடுதியில் எப்படி உட்கார்ந்திருந்

தான்? தரையில் உட்கார்ந்திருந்தானென்றால் சப்பணமிட்டா? குத்துக்காலிட்டா? கைகளை எங்கே வைத்திருந்தான்? வலது கையால் தாடையை தாங்கிக்கொண்டிருந்தானா? அவன் எங்கே பார்த்து உட்கார்ந்திருந்தான்? கடையில் வேறு ஆட்கள் இருந்தார்களா?

எதுவானாலும் அவனுடைய கஷ்டத்தையும் துயரத்தையும் எழுத்தாளன் ஒரே மூச்சில் சொல்லி முடித்ததுபோல ஒரு ஷாட்டிலோ ஒரு காட்சி முழுவதையும் உபயோகித்தோ வெளிப்படுத்துவது அவ்வளவு எளிதல்ல என்ற புரிந்துணர்வுடன் தொடங்கவேண்டும்.

எழுத்தாளனின் வாக்கியத்தில் தேநீர்விடுதி இருக்கிறது. ஆனால், அந்தத் தெருமுனையில் வேறு கடைகள் இருந்தனவா? அவை எந்த மாதிரியாக இருந்தன? ஆடம்பரமான கடைகளா அல்லது சிரமப்பட்டு நடத்தப்படும் கடைகளா? 'அவன்' உட்கார்ந் திருந்த கடையே என்ன மாதிரியான கடை? தேநீருக்கு தண்ணீர் கொதிக்கவைத்திருந்தது அலுமினியப் பாத்திரத்திலா?செம்புப் பானையிலா? கடைக்கு முன்னாலிருக்கும் பாதை செம்மண் பாதையா? அல்லது ஜல்லிபோட்டதா? அந்தத் தெருமுனைக்கும் கடைகளுக்கும் எத்தனை காலப் பழமையிருக்கும்? அவன் உட்கார்ந்திருக்கும் தரை சிமெண்ட் பூசியதா? சாணமிட்டு மெழுகியதா? கடைக்குள் உட்காரப்போட்டிருப்பது நாற்காலி களா? பெஞ்சா? அங்கே பலகாரம் சுட்டுவைக்க அலமாரி உண்டா? உண்டென்றால் அதற்கு கண்ணாடிபோட்டு வெளியே பார்ப்பதுபோல முகப்பு உண்டா? கடையே கூட குட்டிச்சுவர் மேல் ஓலைவேய்ந்த புகையும் புழுதியும் படிந்து வெளிறிப் போனதா? அல்லது வெள்ளையடித்ததா?

விளக்கங்களுக்குள் செல்லும்போது பதில் தேட வேண்டிய கேள்விகள் நூற்றுக்கணக்கானவை. இங்கே எழுத்தாளனின் இடையீட்டை நாடுவது பொருத்தமானது என்று சிலருக்காவது தோன்றாமலிராது. ஆனால், அப்படிப்பட்ட சுலபமான வழியை பின்பற்றினால் சரியான அர்த்தத்தில் அது நகலெழுதுபவனின் சரணாகதியாகும். எழுத்தாளன் காணாததைக் கண்டடைந்தும் கேட்காததைக் கேட்டும் எழுதாததை வாசித்தும் வாசிப்பின் மூலம் அனுபவத்தை தன்னுடையதாக்கியும் படைப்பின் சுக துக்கங்களை ஏற்றுக்கொண்டும் பார்வையாளனுடனான பரிமாற்றத்தில் அசல்தன்மை காட்டுவதே சினிமாவின் படைப் பில் இலக்கியப் படைப்பின் தூண்டுதலைத் தேடும் திரைக் கலைஞன் கடைப்பிடிக்கும் செயல்பாடு.

இலக்கியப் படைப்பின் வெறும் நகலெடுப்பாக சினிமா வீழ்ச்சியடையக் கூடாது. மாறாக, மூலத்தை விஞ்சும் செய்

நேர்த்தியையும், எழுத்தின் இலக்கணங்களிலிருந்து விடுபட்ட அகத்தையும் உருவ உள்ளடக்கங்களின் அன்னியோன்னியமான உறவில் முளைக்கும் படைப்பாக்க நிறைவின் சிறகையும் சினிமா தனக்காக முளைப்பிக்க வேண்டும்.

இலக்கியப்படைப்பின் வாசகர்கள் ஒவ்வொருவரும் அவரவர் அனுபவம், ஞாபகம், கற்பனை ஆகியவற்றைச் சேர்த்து கதையனுபவத்தை உருவாக்கிக்கொள்கிறார்கள். வாசகர்களின் அனுபவம்போல விரிந்த ஆகாயத்தில் துள்ளிப் பறக்கும் ஒன்றல்ல திரைப்படப் பார்வையாளனின் அனுபவ உணர்வு. சினிமாவில் சிறப்பான ஒரு செயல் நடைபெறுகிறது. வெள்ளித்திரையில் கண்பதித்திருக்கும் கணக்கற்ற ரசிகர்கள் முன்னால் விரியும் சினிமா, கொட்டகைக்குள்ளேயிருக்கும் பார்வையாளர்கள் எல்லாருக்கும் ஒரே முகமுள்ள நாயகனையும் ஒரே சூரிய வெளிச்சத்தில் துலங்கும் இயற்கைப் பின்புலத்தையுமே காட்சிக்கு அளிக்கிறது. ஒற்றை நபரின் – சினிமாக்காரனின் – கண்ணோட்டத்தில் கண்டெடுத்த தரமும் தனித்துவமும் மாறாத உருவ உள்ளடக்கம் கொண்ட வாழ்க்கை வெளிப்பாட்டைப் பலர் அமர்ந்து சினிமாவில் பங்கிட்டுக் கொள்கிறார்கள். எழுத்தாளன் விரும்பினாலும் விரும்பாவிட்டாலும் ஊடகத்துக்குரிய இந்த நிகழ்வைத் திருத்தவோ மறுக்கவோ முடியாது.

இது வழக்கமான அனுபவம். ஆனால், சொல்லின் வெளிப்படையான தன்மையில் காட்சியின் கூறுகளையும் கேள்வியின் கூறுகளையும் வார்த்தெடுக்கும் படைப்புத் திறனை சில நவீன திரைக் கலைஞர்கள் சிலரது படைப்புகளில் துலக்கமாகக் காணலாம். திரைப்படத்தை எழுத்தின் படைப்பாக்க நிலைக்குக் கொண்டுவந்து சேர்க்கவேண்டுமென்று தார்க்கோவ்ஸ்கி போன்றவர்கள் குறிப்பிட்டது இந்த நோக்கத்தில்தான்.

பனைமரம் சொன்னது

தொலைவிலிருந்து ஆர்ப்பரித்து வருகிறது பெரும் மழை. வீசியடித்த காற்றில் மர உச்சிகள் நிலைகுலைந்து ஆடின. செடிகளும் கொடிகளும் நிபந்தனையற்று குனிந்து காற்றுக்கு வழிவிட்டு நின்று நடுங்கின. பறவையினங்கள் அங்கலாய்த்துப் பறந்து மரப்பொந்துகளில் அடைக்கலம் தேடின.

கீழே வயலில் எங்கிருந்தோ 'இப்போ மழை வந்து விடும். ஓடி வா' என்று முளையில் கட்டிய பசு பதட்ட மாகக் கத்தியது. வேலிகளுக்கு மேலே துள்ளிப் பறந்த சருகு வயலும் பாதையும் தாண்டி காசிக்குப் போகும் திசையில் அலைந்தது. எங்கோ தூரத்திலிருந்து சிறுவர்கள் காற்றின் குரலுக்கு எதிரொலியாகக் கூட்டமாகக் கூவி னார்கள் 'ஓஓஓஓ...ய்ய்ய்'. பெரும் மழைத்துளிகள் சரளைக் கற்களை வீசியதுபோல கூரைமேல் விழுந்துடைந்து கண்ட திசையெல்லாம் தெறித்து உருண்டன. ஓடுகளின் பரப்பில் ஒன்றுசேர்ந்து பிறகு அவசரமாக மணல் பரப்பிய முற்றத் தில் துள்ளி விழுந்தன. மழைப் பொழிவுக்கு தாளம் முறுக்கேறி 'சட – பட – சட – பட' மாறி சட – பட – பட – படவும் சட – சட – சட – சடவுமானது.

திமிர்த்துப்பெய்த மழைத்துளிகள் முறிந்து தூறலாக மாறத் தயாரானதும் அதுவரைக்கும் பொறுமையில்லாமல் காத்திருந்த பறவைகள் மெதுவாக எதிர்பார்ப்புடன் தனித் தனியாக ஒவ்வொருவிதமாக கீச்சிடத் தொடங்கியதும் ஒன்றாகவேயிருந்தது. மர உச்சியில் ஒளிந்திருந்த அணில் 'கிக் – கிக்' என்று அவசரப்பட்டு வெளியே எட்டிப்பார்த் தது. இனிமையான பறவைக் குரல்களுக்கு அபகீர்த்தி போல எல்லாவற்றுக்கும் மேலே காகங்களின் கரகர சத்தம் எழுந்தது. பின்னர் 'நிறைய வேலை இருக்கு,

அடூர் கோபாலகிருஷ்ணன்

போகணும்' என்பதுபோல அவை நான்கு திசைகளிலும் அவசர மாகப் பறந்தன.

யோசித்துப் பார்த்தால் ஏராளமான ஒலிகளின் நடுவில் தான் நாம் வாழ்ந்துகொண்டிருக்கிறோம். இயற்கையும், பறவை களும் விலங்குகளும் மனிதனும் எந்திரங்களும் வாகனங்களும் சேர்ந்து ஓசைகளின் பரப்பையும் வீச்சையும் பெரிதாக்கிக்கொண் டிருக்கின்றன. இவை எல்லாம் நமது கேள்விப்புலனில் பதிவாகிக்

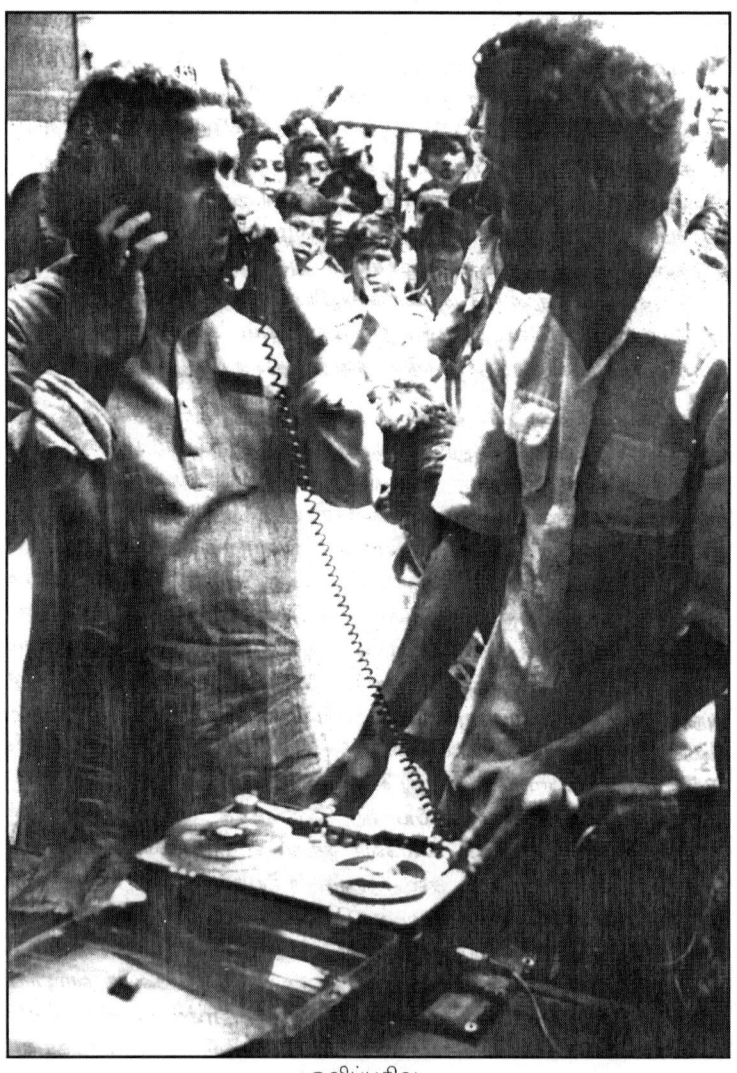

ஒலிப்பதிவு

கொண்டேயிருக்கின்றன. ஆனால், பெரும்பாலான சமயங்களில் நாம் அவற்றுக்குச் செவிசாய்ப்பதில்லை. அவையிருப்பதையே கூட அநேக நேரங்களில் நாம் அறிவதுமில்லை. சந்தர்ப்பத்துக்கு ஏற்ப நமக்குத் தேவையானதை மட்டுமே தேர்ந்தெடுத்துக் கேட்கிறோம் என்பதே உண்மை. சினிமாவில் ஒலியின் அர்த்த பூர்வமான பிரயோகத்தை மேற்கொள்வது இத்தகைய அனுபவ அறிவின் அடிப்படையில்தான்.

வேலையின்மை ஏற்படுத்திய சுணக்கத்திலும் செயலற்ற தன்மையிலும் மனம் சோர்ந்து தன்னுடைய சிறிய வாடகை வீட்டின் வெளித்திண்ணையில் வெறுமனே எதையோ யோசித்த படி உட்கார்ந்திருக்கும் ‘சுயம்வரம்’ கதையின் மையப்பாத்திர மான விஸ்வத்தின் மேல் மழையின் முத்தாய்ப்பான தாளத்தை இணைத்தது இதுபோன்ற அறிவு சார்ந்துதான். மழை ஒரே சமயம் சிறையும் விடுதலையும் ஆகலாம்; மகிழ்ச்சியும் துக்கமும் ஆகலாம். பெய்து தீர்ந்த மழையின் துளிகள் குப்பைக் குழியருகில் தேங்கியிருக்கும் நீரில் ஒவ்வொன்றாக சொட்டி விழுந்து உடையும் ‘க்ளும் க்ளும்’ என்ற சோக லயம் ‘எலிப்பத்தாய’த்தில் கனத்த துக்கமாகிறது.

‘சுயம்வர’த்தின் படத்தொகுப்புப் பணி சென்னையில் ஒரு ஸ்டுடியோவில் நடைபெற்றுக் கொண்டிருக்கிறது. டுடோரியல் கல்லூரிப் பிரின்சிபாலும் (திக்குரிச்சி சுகுமாரன் நாயர்), விஸ்வமும் (மது), மானேஜரும் (கரமன ஜனார்த்தனன் நாயர்), சேர்ந்து நகரத்தில் ஒரு பாரில் மது அருந்திக்கொண்டிருக்கிறார் கள். அவர்களின் தொடர்ச்சியாக இல்லாத உரையாடலில் குறிப்பாக, பிரின்சிபாலின் பேச்சில் அங்குமிங்குமாக இடை வெளிகள் ஏற்படுகின்றன. இந்த இடைவெளிகளை அப்படியே விட்டால் அது அலுப்பை உண்டாக்கும். பின்னணி இசையால் சரிக்கட்ட நினைத்தால் அது அநாவசிய ஆடம்பரமும் ஆபாசமும் ஆகும். மூன்று பேருக்குமிடையிலான உரையாடல் தடைப்படும் போது குப்பியிலிருந்து ‘கிளிக் கிளிக்’ என்று கிளாசுக்குள் மது ஊற்றுவது, ஆத்திரத்துடன் கிளாசையெடுத்துக் குடிப்பது, காலி யான கிளாசை கதாபாத்திரத்தின் சுபாவத்துக்கு ஏற்றபடி மெல்லவோ சத்தம் எழும்படியோ வைப்பது, தொண்டைக் கமறலை கனைத்துச் சரியாக்குவது, நொறுக்குப் பண்டங்களைத் தின்பது போன்ற எல்லா ஒலிகளும் சேர்ந்து மதுவருந்தும் சூழ்நிலைக்குரிய இயல்பான அதேசமயம், அசாதாரணமான தாள லயத்தைக் கொண்டுவந்து சேர்த்தது. காட்சிகளை வரிசைப் படுத்தும்போது இந்த லயம் காணாமற்போய்விடாமல் கவனிப்ப தோடு உள்ளுக்குள் தீவிரமடைகிறது என்பதையும் உறுதிப் படுத்திக் கொள்ளவேண்டும். அதற்காக இயல்புக்கு பொருத்த மான சில ஒலிகளைப் பிற்சேர்க்கையாக இணைத்து காட்சியை

ஒட்டமும் உயிர்ப்புமுள்ளதாக மாற்றுவதும் சிரமமாகவே இருந்தது. பார்வையாளன் முன்னால் வந்து சேர்ந்த இறுதி வடிவமான சினிமாவில் இந்த இடைவேளைகள் கூர்ந்து கவனிக்கப்பட்டன என்றே தோன்றுகிறது. நிகழ்காலத்தைக் கடந்த ஓர் அர்த்ததளம் தன்னிச்சையாக வெளிப்பட அவை உதவின. சொற்களில் வராமற்போனவற்றை அல்லது சொற்களால் சுமக்க முடியாதவற்றை இந்த இடைவேளைகள் சிறப்பாக தொனிக்கச் செய்ததாக சீரிய ரசிகர்கள் உணர்ந்திருக்கலாம்.

யோசித்துப் பார்த்தால் அமைதி (நிசப்தம்) கூட விசேஷமான ஒலிதான். முன்னும் பின்னும் ஒலிகள் அதிர்ந்தால் மட்டுமே அமைதிக்கும் நிலைநிற்றல் சாத்தியம். அதுமட்டுமல்ல, பலசமயங்களிலும் மௌனத்தின் கடமை பின்னால் வரவிருக்கும் ஒலியின் வலுவையும் வீச்சையும் அதிகரிப்பது என்பதுதான். அதனால் நீண்ட மௌனத்துக்குப் பிறகு உரையாடலையோ சிறப்பு ஒலியையோ போதுமானவரை முன்யோசனை செய்த பிறகே பயன்படுத்த வேண்டும்.

சினிமாவின் உருவ (உள்ளடக்க) கட்டமைப்பில் முக்கியமான சிறப்புச் சப்தம் – இசை. தேவைக்கு ஏற்ப எச்சரிக்கையுடன் பயன்படுத்தும்போது படைப்புக் கூறாக மாறும் தகுதி இசைக்கு உண்டு. ஆனால், வழக்கமான இசைப் பிரயோகங்களில் அகப்பட்டுக்கொள்ளும் பார்வையாளன் தவறான எதிர்பார்ப்புடன் திரையைப் பார்ப்பது பெரும் தோல்வியே. மிகைநடிப்புக்கு அழுத்தம் தருவது, மிகையுணர்ச்சிக்கு நிறம் கூட்டுவது, படப்பிடிப்பின் போதாமைகளை சப்தங்களால் மறைத்துவைப்பது போன்ற ஏமாற்று வேலைகளுக்கே பின்னணி இசை பயன்படுத்தப்படுவதைக் காண்கிறோம்.

பின்னணி இசையை முற்றிலும் தவிர்த்த சினிமா – 'கொடியேற்றம்'. பிற சிறப்பு சப்தங்களைப் பரவலாகப் பயன்படுத்தியபோது பின்னணி இசைக்கு எங்கும் இடமில்லாமற் போயிற்று. காரணம் எளிமையானது. நாடகத்தன்மையுள்ள சந்தர்ப்பங்களுக்கு அழுத்தம் கொடுக்கும் குணம் இசைக்கு உண்டு. முன் தீர்மானம் எதுவுமில்லாமல் சங்கரன் குட்டியைப் பின்தொடர்ந்து சென்று அவனுடைய பொறுப்பற்ற வாழ்க்கையின் அபூர்வ சந்தோஷங்களையும் அறியாமையையும் வெகுளித்தனத்தையும் தர்ம சங்கடங்களையும் உள்ளது உள்ளபடி பார்த்துப் புரிந்துகொண்டிருக்கும் பார்வையாளனிடம் செயற்கையான நாயகத் தோற்றத்தைத் திணிப்பது மரியாதைக்குரியது அல்லவே. இசையின் மென்னுணர்வுகள் அவனுடைய வாழ்க்கைக்கு அந்நியமானவை என்பதும் இன்னொரு காரணம். 'கொடியேற்றம்' படத்தைப் பார்த்த யாரும் அதில் பின்னணி இசை இல்லாமல்

இருந்ததைக் கவனிக்கவில்லை என்பதும் இங்கே எடுத்துச் சொல்லப்படவேண்டிய ஓர் உண்மை. சினிமாவின் தவிர்க்க இயலாத அம்சமாக இசையைக் கருதுபவர்களுக்கு இந்த அனுபவம் மறுபரிசீலனையைத் தூண்டும்.

மலையாளிகளின் வாழ்க்கையிலிருந்து பிரித்துப் பார்க்க முடியாத சில மரங்களும் பறவைகளும் மிருகங்களும் உள்ளன. இவற்றில் தென்னையும் காக்கையும் நாயும் நம்முடன் நெருக்க மாக இருப்பவை. நமது வாழ்க்கையின் திருப்பங்களிலெல்லாம் அவை நம்முடனேயே இருக்கின்றன. பிறப்பு முதல் இறப்பு வரை எண்ணெயாக வெளிச்சமாக மரத்தடியாக நிழலாக கள்ளாக இளநீராக கூரையாக குருத்தோலையாக தென்னை நமது தேவையும் அலங்காரமும் துணையும் காவலுமாக இருக்கிறது. கோடை வெயிலில் ஓலைகளை உதிர்த்து நீர்ச் செலவைக் கட்டுப்படுத்துகிறது; பருவமழைக்காலங்களில் புதுப்பச்சை வளத்துடன் அசைந்தாடுகிறது. தென்னை நமது பிறப்பு இறப்புச் சங்கிலியில் கண்ணியாக இருக்கிறது. அதனா லேயே தென்னையின் அசைவையும் சலனத்தையும் வெறும் ஓசைகளிலிருந்தே நாம் இனம்புரிந்துகொள்கிறோம். கீழே விழும் தேங்காயின் சத்தத்திலிருந்தே அது ஒற்றைத்தேங்காயா குலையா என்று தெரிந்துகொள்கிறோம். தென்னையின் உயரத்தை யும் வயதையும் அளக்கிறோம். தேங்காயின் முதிர்ச்சியைத் தெரிந்து கொள்கிறோம்.

ஒடுவில் உண்ணிகிருஷ்ணன் சுனில், சிவாஜி ('நிழல்குத்து')

காக்கையைப் பாருங்கள். மிகுந்த வர்க்க உணர்வு கொண்டது. ஒற்றையாகத் திரிந்தாலும் மற்றவைகளையும் கூவியழைத்து சேர்ந்தே உணவுகொள்ளும். ஆள் கூடுகிற இடத்தில் ஆகாரமிருக்குமென்று அதற்குத் தெரியும். பிறப்பையும் இறப்பை யும் பற்றித் தெரிந்துகொண்டு முதலில் வருபவர்களில் காக்கை யும் இருக்கும். பிறந்த நாளுக்கும் பெண்பார்க்கும் சடங்குக்கும் பெயர் சூட்டு விழாவுக்கும் அழைக்காமலேயே வரும். உற்றவர் கள் கைதட்டி பயபக்தியோடு அழைத்தால் சுத்தமும் பகுத் துணர்வுமுள்ள காக்கைகள் பித்ருக்களுக்குப் பதிலாக பலிச்சோறு தின்ன வரும். காக்கைக்குக் குறும்பும் கொஞ்சமல்ல. அப்பத்தைப் பத்திரமாகப் பார்த்துக்கொள்ளாத சின்னப் பையன்களைக் கண்டால் காக்கைகள் ஏமாற்றிப் பறிக்கும்.

துயரங்களுக்கு மேல் வட்டமிட்டுப் பறக்கும் காக்கைகளை யும் கூட்டம் கூட்டமாக வயல்வெளிகளிலும் வேலிகள் மேலும் கூரை முகட்டிலும் மாறிமாறி உட்கார்ந்து கோரஸாக 'கா – கா' என்று கத்தி வெருட்டுகிற காக்கையையும் விருந்தாளிகளைப் பற்றித் தகவல் தெரிவிக்கும் தீர்க்கதரிசிகளான காக்கைகளையும் யாரால் புறக்கணிக்க முடியும்? அபூர்வமாக கள்ளக் குரலில் பாட முயற்சி செய்யும் காக்கைகளும் உண்டு. இது பகிரங்கமான ரகசியம்... மைனாக்களே, குயில்களே ஜாக்கிரதை!

நாய் நன்றியுள்ள விலங்கு என்று நம் எல்லாருக்கும் தெரியும். வீட்டுவிலங்காக மாறியதன் சிரமங்களை அனுபவிக்கிற ஒரு சாதுப்பிராணி. எஜமானனின் சுகதுக்கங்களிலெல்லாம் அதுவும் பங்காளியாகிறது. குழந்தைகளுடன் ஓடிவிளையாடவும் பெரியவர்களுக்கு மரியாதை கற்பித்து விலகி நிற்கவும் உரிமை யாளரின் கட்டளையை எதிர்பார்த்து ஓரக்கண்ணால் காத்திருக்க வும் பிறவியிலேயே கிடைத்த பகுத்துணர்வு நாய்க்கு உண்டு. சமயத்துக்கும் சந்தர்ப்பத்துக்கும் பொருத்தமாக நாயின் ஊளைக்கும் குரைப்புக்கும் வியாக்கியானங்கள் கற்பிக்கப் பட்டிருக்கின்றன. எமனைப் பார்த்தால் குரைக்கும் நாய்களின் கதை நாடு முழுவதும் பிரபலமாயிற்றே! (நாய்க்கும் ஒரு கௌரவமுண்டு என்பதால், 'விதேயன்' திரைப்படத்தில் பட்டேலர் தன்னுடைய சிப்பந்திகளை பொறுக்கி நாய்கள் என்று தொம்மியிடம் சிறப்பித்துச் சொல்லும்போது தொலை வில் எங்கிருந்தோ நாய்க்கூட்டம் எதிர்ப்புத் தெரிவித்துக் குரைக்கின்றன).

நம்முடன் எப்போதும் இருப்பவைதாம் – பசுவும் பல்லியும் அணிலும் பூனையும் தவளையும் சுவர்க்கோழியும் ராப்பறவை களும் பகல்கிளிகளும் எல்லாமும். நேர்ப்பார்வையில் இல்லை என்றாலும் நம்பத்தகுந்த ஒலிப்படிமங்களில் உயிர்த்து எதிர் பார்க்கும் விளைவுகளை உருவாக்குகின்றன.

நீண்டகாலத் தயாரெடுப்புகளுக்குப் பிறகு எழுதி முடிக்கப் பட்டது 'நிழல்குத்'தின் திரைக்கதை.

நாகர்கோவிலின் எல்லையோரப் பகுதியில் குடியிருத்தப் பட்டிருந்த கழுவேற்றுபவரின் (ஆராச்சார்) தமிழ்க்குடும்பத்தைப் பற்றியும் சடங்கு சம்பிரதாயங்களைப் பற்றியும் விவரமறிந்தவர் களிடமிருந்தும் ஆவணங்களிலிருந்தும் முடிந்தவரை தகவல் களைத் திரட்டியிருந்தேன். வரலாறும் புவியியலும் உண்மையும் நினைவும் தனி நபரும் சமூகமும் பிரஜையும் அரசநீதியும் எல்லாமும் இணையும் ஒரு வேதிச் செயலிலிருந்து பரிணாமம் பெற்றது அதன் வரலாற்றுக் கருவும் வெளிப்பாட்டு முறையும்.

கதைக்குப் பொருத்தமான சூழலையும் பின்புலத்தையும் கண்டுபிடிப்பது எளிதாக இருக்கவில்லை. அறுபது வருடங் களுக்கு முந்தைய உள்கிராமத்தையும் சுற்றுப்புறங்களையும் மறு உருவாக்கம் செய்யவேண்டியிருந்தது. நெடிதுயர்ந்த கரும் பனைகளையும் ஓங்கியுயர்ந்த பாறைக் கூட்டங்களையும் தேடிப் பயணம் செய்தோம். ஆனால், மாற்றத்தின் அடையாளங்களா கவும் நவீனமயத்தின் அடையாளங்களாகவும் மாறிய தார் ரோடுகளும் மின்கம்பிகளும் சிமெண்டு போட்ட குடியிருப்பு களும் பனைமரத்தை எரிபொருளாக்கிய செங்கற் சூளைகளுமாக கன்னியாகுமரி மாவட்டம் முற்றிலும் மாறிப்போயிருப்பதை நாங்கள் ஏமாற்றத்துடன் புரிந்துகொண்டோம். எனினும்

மது (சுயம்வரம்)

அடூர் கோபாலகிருஷ்ணன்

தேடலைக் கைவிட மனம்வரவில்லை. மீண்டும் சுற்றியலைந் தோம். கடைசியில் ஒருநாள் அஸ்தமனத்துக்கு சில நாழிகைகள் மிஞ்சியிருந்தபோது மருத்துவாமலைக்குப் பின்னால் பொட்டல் குளம் என்ற பகுதியை அடைந்தோம். நம்பமுடியவில்லை. தேடியலைந்த இயற்கை மட்டுமல்ல; ஆராச்சாரின் பழைய வீடும் அதோ முன்னால் நிற்கிறது. சந்தோஷத்தில் மனம் துள்ளியது.

பிரச்சனைகளும் பொறுப்புகளும் நிறையவே இருந்தன. இருப்பினும் கடைசியாக பொட்டல்குளம் வீட்டையே உறுதி செய்தோம். கூரைச் சார்ப்புகள் விழுந்துவிடும் நிலையிலிருந்த அந்தக் கட்டடத்தையும் மதிலையும் புதியதாகக் கட்டினோம். சிலவற்றை மாற்றினோம். ஆராச்சாரும் (தூக்கிலிடுபவர்) அவர் குடும்பமும் இருக்கவும் கிடக்கவும் புழங்கவும் வசதியான இருப்பிடத்தை உருவாக்கினோம்.

ஒரு நாள் மாலை, மழை ஓய்ந்திருந்த நேரம். மெதுவாக வீசிய சிறுகாற்றில் கரும்பனைக்கு மேலிருந்து அதைக் கேட்டேன். அந்த வீட்டின் இதயத்துடிப்பு. 'டப் டப் டடப் டடப்' என்று கரும்பனையில் காற்றடிக்கும் அந்தத் தாளம் மனதில் எங்கோ மோதி மறு தாளமாக ஒலித்தது. ஒரே சமயத்தில் அது எனக்கு துயரமும் கொண்டாட்டமுமாக இருந்தது. எழுதி முடித்த திரைக்கதையில், படப்பிடிப்புக்குச் சொற்பமான நாட்கள் மட்டுமே இருக்கையில், மாற்றங்கள் செய்ய நேர்ந்தது. புதிய ஒரு கதாபாத்திரம் அனுமதி கேட்டுக்கொண்டு நுழைந்தது. கூரைக்குப் பின்னால் ஒதுங்கி நின்றிருந்த பனைமரம் அதற்குள்ள உரிமையோடு சமீபக் காட்சிகளுக்கு நெருங்கியது. எல்லா வற்றிடமிருந்தும் தனித்து வீட்டுக்காரர்களின் யோசனை களுக்கும் உணர்ச்சிகளுக்கும் ஞானத்துடனும் பரிவுடனும் இரவும் பகலும் அது காவலாக நிற்க ஆரம்பித்தது. மெல்லிய காற்றில் பனை மட்டைகள் சிணுங்கின. இரவில் நிச்சலனத்தில் அலைமோதி வந்த புல்லாங்குழலுக்கு ஆர்வமாகச் செவிசாய்த் தது. உறக்கம் வராமற்கிடந்த பெண்ணுக்கு ஒரு சப்தவாகினி போல அமுத மழையைக் கொண்டுவந்தது. ஆராச்சாரின் உள்மனப் போராட்டங்களில் பரிதாபப்பட்டு அவ்வப்போது மூச்சடக்கி நின்றது. வீசியடித்த ஊதற்காற்றில் தாய்த் தெய்வத்துக்கு திமிலை வாசித்தது. ஆராச்சாரின் மந்திரச் சடங்குக்குப் பணிந்து இறக்கிவிடப்பட்ட துர் பூதங்களைத் திரும்ப அழைத்தது.

அப்படியாக ஒற்றையாகக் கிடந்த ஒரு ஏழைக்குடும்பத்தின் வாழ்க்கைத் திருப்பங்களில் மௌன சாட்சியாக மாறியது அந்தப் பனைமரம்.

பின் நவீனத்துவ சினிமா

சினிமா என்ற ஊடகமே நவீனமானதாக இருக்கையில் அதை நவீன சினிமாவென்றோ பின் நவீனத்துவ சினிமா என்றோ வகைப்படுத்துவதில் வெளிப்படையான முரண்பாடு உள்ளது. குறைந்தது ஒன்றேகால் நூற்றாண்டுக்கு முன்பு உருவான ஒளிப்பதிவுக் கலையும் இன்னும் நூறை எட்டியிராத ஒலிப்பதிவு மரபும் நூற்றாண்டுக்கு அப்பால் நிற்கும் மின்சாரமும் போன்று அறிவியல் தொழில்நுட்பத்தின் ஒன்றுக்கு மேற்பட்ட சேர்க்கைகள் இணைந்து பிறந்த திரைப்படத்தின் – சலன, சப்தத் திறமைகள் மனித இனத்தின் நவீன மனப்போக்கின் பிரதிபலிப்பல்லாமல் வேறென்ன?

காட்சித்தளத்தின் எதார்த்தங்களை அப்படியே பதிவு செய்யும் கலையை ஒளிப்பதிவாளன் முழுமை நோக்கிக் கொண்டுசென்றதோடு கைத்திறன்பெற்ற ஓவியன், நேர்க் காட்சிகளை அப்படியே பெயர்க்கும் வெற்றுவேலையைக் கைவிட நேர்ந்ததைக் காணலாம். ஓவியக் கலையில் தொடர்ந்து நிகழ்ந்த வழி மாற்றமும் அகம் தேடலும் அன்றாடச் செயல்பாடுகளில் முகாமிட உறுதிகொண்டிருந்த சினிமாக் கலையையும் எதிர்பாராத வகையில் பின் தொடர்ந்து முழுமையாகப் பாதித்தது.

நவீனத்துவத்தின் தவிர்க்கவியலாத செயலாக வந்து சேர்ந்த எந்திரமயமாக்கமும் இரண்டாம் உலகப் போர் ஏற்படுத்திய கஷ்டநஷ்டங்களும் அதைத் தொடர்ந்து உருவான தர்ம சங்கடங்களும் ஏன் அவசரமான நாகரிகமும் வழங்கிய அந்நியமாதல் போக்குகளும் இணைந்து சினிமாவின் கட்டமைப்பில் நிகழ்த்திய மாற்றங்கள் ஏராளம்.

ஆனால், நீண்ட காலம், அதிகமான இடங்களிலும், வேறு பட்ட சிந்தனைகளும் தனிமனிதப் பதற்றங்களும் மட்டுமல்ல சமூக மனசாட்சியை தொந்தரவு செய்யும் அடிப்படையான நிம்மதியின்மைகள் எல்லாம் காட்சியரங்கின் இருளில் மறைந்து நின்றன. விடுமுறையளிக்கப்பட்ட துக்கங்களையும் ஏராளமான வேதனைகளையும் தற்காலிகமாகவாவது மனதிலிருந்து மாற்றி வைத்த பார்வையாளன், சாதாரணமாக்கப்பட்ட அனுபவங் களின் நீர்த்தடங்களில் சாய்ந்தாடிக் காலம் கழித்தான். வெளியே, மாற்றங்களில் கை நழுவிப்போன சமூக இருப்பு என்ற உயிர்த் தன்மையை கொட்டகைக்கு அப்பாற்பட்ட இருப்பிடங்களில் தான் பங்கிட்டு அனுபவித்தான். வெளியே இறங்கினால் ஏற்படும் பொறுப்புகளிலிருந்து விலகியும் நேரடி எதிர்கொள்ளலை முற்றிலும் தவிர்த்தும் வெறும் உணர்ச்சிப் பெருக்கில் பார்வை யாளனை கட்டிப்போடுவதுமான வியாபாரத் தந்திரங்கள் விரைவில் நமது சினிமாவின் அடையாளங்களாக மாறின. சருமத்தை வருடிச் சென்ற கிச்சுகிச்சுகளும் மேம்போக்கான வாழ்வனுபவங்களும் திரையில் தொடர்ந்து மின்னி மறைந்தன. அறியப்படாத ரசனையுள்ள பலரை வசீகரிப்பதற்கான நிரந்தர வேட்கையில் சாமான்ய விவகாரங்களுக்கு இணையாக நிற்பதல் லாமல் உள்ளுக்குள் நுழைந்தோ ஆழமாக இறங்கியோ மேற் கொள்ளும் தேடல்களுக்கு முற்படவோ பெரும்பாலான படைப்பு களால் முடியாமற் போனது.

ஆனால், ஆரம்பத் தோற்றுவாய்களில் சில உயிர்ப்பும் துடிப்பும் விடாமல் ஊற்றுத் தூர்ந்துபோகாமல் நிலைபெற்றன. படைப்பாற்றல் மிகுந்த, உயர்ந்த கலைஞர்களின் விசேஷமான அக்கறையும் கவனமும் சினிமாவை நிலைநிறுத்தின. இலக்கியம், ஓவியம், நாடகம் ஆகியவற்றில் மாமூல்களை கடந்து ஏற்படுத்தப் பட்ட புதிய அணுகுமுறைகளை சினிமாவின் ஆர்வலர்கள் சிலர் எடுத்துக்காட்டாகக் கண்டனர்.

அப்படியாக, இம்பிரஷனிசமும் எக்ஸ்பிரஷனிஷமும் கியூபிசமும் தாதாயிசமும் சர்ரியலிசமும் ஃப்யூச்சரிசமும் எல்லாம் தொடக்கத்திலேயே சினிமாவின் வடிவ அமைப்பில் இடம் பிடித்தன.

இதில் வியப்படைவதற்கு எதுவுமில்லை. ஏனெனில், முதலும் முடிவுமாக சினிமா ஒரு மரபெதிர்ப்புக் கலை என்பதுதான். சினிமா என்ற கலைவடிவம் முதலில் நாடக வழக்கத்தை விட்டு தெரிந்தோ தெரியாமலோ நெருக்கக் காட்சிகளை (க்ளோஸ் ஷாட்ஸ்) நோக்கி நகர்ந்தது. பார்வையாளனின்

கவனத்தை நுட்ப அம்சங்களை நோக்கி இட்டுச் செல்வதில் நிகழ்ந்தது இந்த எதிர்ப்பின் வித்தூன்றல்.

தனக்குரிய தொகுப்பு முறைகளின் மூலம் காட்சிகளை கணக்கற்ற இணைப்புறவுகளுடன் நெருங்கச் செய்கிறது சினிமா. அதன் மூலம் எதார்த்தத்திலுள்ள இட, கால அனுபவங்களின் மறுப்பையும் உருவாக்குகிறது. எல்லா சினிமாக்களும் திட்டமிட்டு உருவாக்கப்பட்டவையே என்று ஸ்ட்ரக்சுரலியக் கோட்பாட்டாளரான க்ளாத் லெவிஸ்டிராஸ் சொல்லுவது வெறுமனே அல்ல.

சினிமாவின் இட – காலங்கள் தனித்தும் ஒன்றுக்கொன்று கொள்ளும் தொடர்பும் வேறொரு கலை இலக்கிய சாதனத்துக்கும் இல்லாத வகையில் சுதந்திரமானது; வித்தியாசமானது.

சினிமாவுக்கு எதனுடனாவது நெருக்கம் இருக்குமானால் அது கவிதையுடன் மட்டுமே என்று கவிஞரும் திரைப்பட இயக்குநருமான பியர் பாவ்லோ சொன்னதும் சினிமாவின் இந்தத் திறனைக் கணக்கிலெடுத்துக்கொண்டுதான். ‘சினிமாவின் பயன்பாட்டு முறையின் அடிப்படையே பகுத்தறிவுக்கு அப்பாற்பட்டது – கனவுகள்போல. நினைவுகள்போல அது செயல்படுகிறது. சினிமா முதன்மையாக காட்சி சார்ந்தது என்பதனாலேயே இது’ என்று விளக்கவும் செய்திருக்கிறார்.

கனவுகளைப்போலவே சினிமாவுக்கும் இறந்த, நிகழ், எதிர்கால வேற்றுமைகள் இல்லை. எல்லாம் எப்போதும் நிகழ்காலத்திலேயே நடைபெறுகின்றன. வேண்டாததை விலக்கியும் வேண்டியதை மட்டும் ஏற்றுக்கொண்டும் தீவிர அனுபவமாகும் கனவுகளுக்கு இணையானவை உயர்ந்த திரைப்படங்கள்.

மிக நெருக்கமாகவும் மிகத் தொலைவாகவும் இடைத்தூரமாகவும் காட்சிகளை புலப்படுத்தும் நடைமுறை சினிமாவுக்கு மட்டுமே உரியது. சப்தங்களிலும் காட்சிகளுக்குப் பொருத்தமான விதத்திலும் மாறாகவும் ஏற்றத்தாழ்வுகள் உண்டாக்க முடியும். கனவுகாண ஆசையுடன் தயாராகக் காத்திருக்கும் ரசிகனின் மனம்தான் இங்கே கூடவே செல்ல அழைக்கப்படுகிறது. இதனாலேயே, சினிமாவின் வரலாற்றுரீதியான ஆரம்பத்தையே கேள்விக்குட்படுத்திக்கொண்டு, ழான் லூயி போத்ரி, ‘சினிமாவின் தோற்றத்துக்குக் காரணம் எந்திர யுகமல்ல; மறு முனைக்குத் திரும்பிச் செல்வதற்காக நவீன மனிதனின் ஆழ்மனதில் பொங்கும் வேட்கையே காரணம்’ என்று உறுதியாகச் சொல்

கிறார். ஆழ்மனதின் இந்த வேட்கை கலையின் மூலமாக நிறைவேறுகிறது. உணர்வு மனதுக்குரியதல்லாத இந்த சரித்திர ரீதியான சோதனை சினிமா என்ற கண்டுபிடிப்பின் மூலம் வெளிப்படுத்தப்பட்டது.

ஓவியக்கலையில் தங்களால் அன்றுவரை எட்டமுடியாத அற்புதப் பிரதேசங்களைத் திறந்து வைக்கும் சினிமாவின் சாத்தியங்களுக்கு முன்னால் ஆனந்தக் கூத்தாடிய ஃப்யூச்சரிஸ்டு கலையும் சர்ரியலிஸ்டுகளையும் பற்றி லெக்ரைஸ் குறிப்பிட்டது இதை வலுப்படுத்துகிறது.

இதுபோன்ற அணுகுமுறைகள், அலசல்கள் ஆகியவற்றின் விளைவுதான் 'அவந்த் கார்ட்' (avant garde) என்ற பெயரில் அறியப்பட்டிருந்த ஆரம்பகால சோதனைப் படங்கள். இந்த முயற்சிகள் புதிய ஊடகத்தில் உருவாக்கிய மாறுதல்கள் சிறிதல்ல. இதன் பின்னணியில் செயல்பட்ட திறமையாளர்களில் ஓவியர்களும் கவிஞர்களும் தத்துவவாதிகளும் இருந்தனர். இவர்களில் உற்சாகம் மிகுந்தவர்களான சில ஓவியர்கள் வண்ண ஓவியங்களையும் திரைப்படக்காட்சிகளையும் அவற்றுக்கு மத்தியில் கலைஞர்களான தங்களையும் வெளிப்படுத்தி 'எக்ஸ் டெண்டட் சினிமா' போன்ற கருத்தாக்கங்களை நடைமுறைப் படுத்தியதும் எதேச்சையானதல்ல.

எல்லை தென்படாமல் வரும் ஓர் ஊடகத்தை, அதுவும் நவீனத்துவத்தின் பிரதி பிம்பமாகக் கருதப்படும் ஒரு கலையை

'கதா புருஷன்'

ஆய்வு செய்ய நடத்தப்பட்டுள்ள பண்டித முயற்சிகள் பல சமயங்களிலும் ஒருபட்சமான முடிவுகளைச் சென்றடைவது இயல்பானது. கிறிஸ்ட்யான் மெட்ஸ் போன்ற அழகியல் ஆய் வாளர்கள் இலக்கியத் திறனாய்வுக் கருவிகளை சினிமாவுக்கும் அதேபடியாகப் பயன்படுத்த முனைகிறார் என்ற புகார் இங்கே கவனிக்கத் தகுந்தது.

பார்ப்பதற்கான அளவுகடந்த ஆசை, பார்த்ததை அலசுவதற் கான மனஅழுத்தம், உண்மையைத் தெரிந்துகொள்ளும் ஆவல், கண்டறிந்தவற்றைப் பிறரிடம் தெரிவிக்கும் விருப்பம், தங்களைச் சுற்றியுள்ள உலகத்தில் என்ன நடக்கிறது என்று அறிந்து கொள்ளும் அக்கறை – இவையே நியோ ரியலிசத்தின் சிறப்புகள் என்று சாவட்டினி சொல்கிறார். இவையே நியோ ரியலிசத்தை அமெரிக்க சினிமாவின் வணிகப் பாதையிலிருந்து வேறு படுத்தின. சந்தைமயப்படுத்தப்பட்ட ஹாலிவுட் சினிமாவை ‘கையொப்பமில்லாத சினிமா’ என்று அமெரிக்க தயாரிப் பாளர் ஜான் ஹவுஸ்மன் குறிப்பிடுகிறார். அங்குள்ள தயாரிப்பு – விநியோக முறைகளைப் பற்றி மட்டுமல்ல அதன் ரசிகர்களைப் பற்றிய பார்வையும் இந்தக் கூற்றில் அடங்கியுள்ளது. தனிநபர் அணுகுமுறையின் மீதான வலுவான எதிர்ப்பு இந்தப் படங்களில் வெளிப்படுகின்றன; ஆனால் சராசரியான ஐரோப்பிய திரைப் படக்காரர்களின் படைப்புகளில் அவர்களது தனி அடையாளம் பதிந்திருக்கிறது என்றும் அவர் தொடர்ந்து சொல்கிறார்.

சினிமாவின் உருவ உள்ளடக்கங்களை கேள்விக்குட்படுத்திய அமெரிக்க தலைமறைவு இயக்கம்தான் ஓர் அர்த்தத்தில் ஹாலிவுட் மீதான எதிர்ப்பை மிகுந்த படைப்பூக்கத்துடனும் அதேசமயம் புரட்சிகரமாகவும் அரங்கேற்றியது. அவர்கள் கேள்விக்குட்படுத்தாத மதிப்பீடுகளில்லை. ஏறிச் செல்லாத துறைகளுமில்லை. நடைமுறைப்படுத்தாத தொழில்நுட்பமில்லை. வழக்கத்திலிருந்த எல்லா தயாரிப்பு – வினியோக – திரையீட்டு முறைகளையும் இந்த இயக்கம் தலைகீழாகப் புரட்டியது.

புதுமையின் பேரலையாக முதலில் பிரான்சிலும் பின்னர் ஐரோப்பா, ரஷ்யாவிலும் ஓரளவு ஆசியாவிலும் வீசியடித்த இயக்கம் ‘நியூவேவ்’. ஸ்டூடியோ அமைப்பின் பாதுகாப்பிலிருந்து தெருவுக்கும் கூட்டத்துக்கும் வானுயர்ந்த கட்டடங்களின் வசிப்பறைகளுக்கும் கொல்லைப்புறங்களுக்கும் வாகன் வேகங் களுக்கும் வெயிலுக்கும் நிழலுக்கும் சுதந்திர வேட்கையுடன் காமிரா படியிறங்கிய காட்சி அது. பெரும் முதலீட்டின் சுமையை யும் கட்டுப்பாடுகளையும் தோளிலிருந்து இறக்கிவைத்து,

பெரிய நட்சத்திரங்களுக்காகப் பாத்திரப்படைப்புச் செய்யாமல், வழக்கமான நாடக அம்சங்களுக்கு இடம்தராமல், நாகரிகத்தின் இதயத் துடிப்புகளை மானுடத்தின் இதயத் துடிப்புகளைத் தேடிய திரைப்படங்களும் அவற்றின் பின்னாலிருந்த ஆவேசமான கலைஞர்களும் கலை ரசிகர்களும் இளம் விமர்சகர்களுமே இந்த இயக்கத்தின் உயிரோட்டம்.

சமூக எதார்த்தங்களையும் பொதுப் பிரச்சனைகளையும் கையாண்டுதான் நியோ – ரியலிச சினிமா பார்வையாளர்களிடையே அங்கீகாரம் பெற்று ஓர் உயிர்ப்புள்ள இயக்கமாக உலக சினிமாவைப் பாதித்தது. எனினும் இந்த பிரிவைச் சேர்ந்த திரைப்படங்களைப் பற்றியும் அவற்றின் கதையாடல் பற்றியும் உருவாகியிருந்த மதிப்பு காலப்போக்கில் குறையத் தொடங்கியதை பிரான்சின் 'நியூவே'வுக்குக் கிடைத்த உற்சாகமான வரவேற்பு எடுத்துக்காட்டியது. நடுத்தட்டு மக்களின் அலுப்பூட்டும் சாதாரணமான அன்றாட வாழ்க்கையைப் பற்றி, தனிநபர் உறவுகளைப் பற்றி, தனிப்பட்ட உலகங்களைப் பற்றி, தன்வயமாக்கப்பட்ட அனுபவங்களைப் பற்றியெல்லாம் திரைப்படங்களை உருவாக்க முடியுமென்று 'நியூவேவ்' உலகத்துக்குக் காட்டியது. வாழ்க்கையின் அர்த்தங்களின் பொது இயல்புக்கு அப்பால் தனிநபர் சார்ந்த காட்சியிலும் கேள்வியிலும் அனுபவத்திலும் அது எவ்வாறு இருக்கும் என்று அறிந்துகொள்வதற்கான தீவிரமான அக்கறைதான் இங்கே முன் நிற்கிறது.

எப்போதுமே, ஏறத்தாழ ஒரு விதிபோலவே, சற்று முன்பு வந்து, துறைமுழுவதையும் நிறைந்திருப்பது எதுவோ, அதனுடனுள்ள விலகலாகவும் மறுப்பாகவும் எதிர்ப்பாகவும் புதிய இயக்கங்கள் உருவாகின்றன. பிரான்சிலேயே ழான் ரூஷின் தலைமையில் உருவான 'சினிமா வெரித்தே' இயக்கம் காமிராவுக்கும் கலைஞனுக்கும் புதிய கண்ணோட்டத்தை வழங்கியது. புதுமை என்பதைக் கடந்து ஈடுபாடு (commitment) காரணமாக கவனத்துக்குரிய நிலைப்பாட்டையே ரூஷூம் பிறரும் கைக்கொண்டனர். வாழ்க்கைக்குள்ளும் உண்மைகளுக்குள்ளும் நேரடியாக இறங்கிச் சென்று அவற்றின் தனித்துவமான சுவைகளையும் நாடகத்தன்மையையும் உட்கொள்வதே இந்த அணுகுமுறையின் அடைப்படை.

அந்தந்த காலகட்டங்களில் மனித இனம் கடந்து சென்று கொண்டிருக்கும் அரசியல், சமூக, தனிநபர் செயல்பாடுகள் கலைகளையும் கண்ணோட்டங்களையும் கட்டாயமாகப் பாதிக்காமல் இருக்காது. தொலைக்காட்சியும் இண்டெர்நெட்டும் அவற்றையொட்டிய தொழில்நுட்ப வளர்ச்சிகளும் இணைந்து

சினிமாவுக்கு நூதனமான உருவ உள்ளடக்கங்களை வழங்காமலிராது. சிலசமயம் விமர்சகர்கள் அதற்குப் புதிய பெயரைச் சூட்டலாம். சிலசமயம் ஒரே நிகழ்வை பல பெயர்களில் அழைக்கவும்கூடும். ஆய்வுகளும் ஆராய்ச்சிகளும் பரவலாவதற்குள் இயக்கங்கள் பழையனவாக ஆகவும்கூடும். எதிர்பார்ப்புகளையும் ஆரூடங்களையும் தவறாக்கிக்கொண்டுதான் புதுமைகள் முளைவிடுகின்றன. அழகியல் ஆய்வாளன் தொட்டு அசுத்தமாக்குவது வரைமட்டுமே புதிய மொட்டுகளில் நறுமணம் நிலைத்திருக்கும் என்பதையும் நாம் அறிந்துகொள்ள வேண்டும்.

ரசனையின் பிரச்சனைகள்

சாமான்ய மக்களின் கருத்தில் இன்றும் சினிமா வெறுமொரு பொழுதுபோக்குச் சாதனம் மட்டுமே. பிரச்சனைகளிலும் சிக்கல்களிலும் நொந்து போகும் சாதாரணனுக்கு மனதின் அலுப்பையும் இறுக்கத்தையும் போக்க கருணையோடு கலக்கிக்கொடுக்கும் மயக்க மருந்து. கள்ளுக்கடைக்கும் திரையரங்குக்கும் ஒரே பயன்.

இன்று திரையரங்குகளில் தொடர்ந்து வந்துபோகும் வெகுஜனப் படங்களில் பலவும் வேறுபட்ட ரசனைகளை அத்துமீறி சமரசம் செய்துகொள்வதன் மூலம் மேற் சொன்ன கருத்துகளையும் எதிர்பார்ப்புகளையும் உறுதிப் படுத்துபவையே. இதற்காக யாரையாவது குற்றம் சாட்ட முடியுமா? 'சனங்களுக்கு வேண்டியதை சமைத்துப் பரிமாறு கிறோம். ருசிக்காத விஷயத்தை சமைப்பதே இல்லை' என்ற சாதாரண வியாபாரக் கொள்கையே இங்கு சாசனம்.

ஒரு சினிமாவுக்காகச் செலவு செய்த முதலீட்டைத் திரும்பப்பெற அந்தப்படம் அநேக இடங்களில் ஏராள மானவர்களின் முன்னால் பல நாட்கள் திரையிடப்பட வேண்டும். இந்த வகையில் எழுத்தாளனுக்கோ ஓவிய னுக்கோ இசைக்கலைஞனுக்கோ உள்ள பொருளாதார சுதந்திரம் திரைப்படக்காரனுக்கு அந்நியமானது. இந்த அப்பட்டமான உண்மையை மறுக்கவோ இல்லையென்று நடிக்கவோ முடியாது. இன்று திரளான ரசிகர்கள் டிக்கட் வாங்கி பார்த்து ரசிக்கத் தயாராகவில்லையென்றால் சினிமா போன்ற ஒரு கலை நிலைபெற முடியாது. ஒரு அர்த்தத்தில் இது சினிமாவின் பலமும் மற்றொரு அர்த்தத் தில் வரையறையுமாகும். பரவலாக ஏற்றுக்கொள்ளப் பட்ட நிகழ்கலை என்பது சாமான்ய மக்களிடம்

சினிமாவுக்குள்ள செல்வாக்கின் அடையாளமும் கூட. நவீனமும் புராதனமுமான எந்தக் கலைக்கும் இதுபோன்ற வெற்றி வாய்த்திருக்கவில்லை. ஒரு முரண்பாடுபோல, இந்த நிகழ்வின் தொடர்ச்சியாக சினிமாவின் கலைவெளிப்பாட்டு வரையறை களும் வருகின்றன. எல்லாருக்கும் விருப்பமானதாகவும் ஏற்றுக் கொள்ளக் கூடியதாகவும் மாற்றும் ஆவலுக்கிடையில் புதியதாக எதையாவது சொல்லவோ வழக்கத்தைக் கைவிடவோ இதன் நடைமுறையாளர்கள் தயங்குகிறார்கள். கதைப்போக்கு மட்டுமே இங்கு சாசனம். புதுமைகள் இரக்கமற்று விலக்கப்படுகின்றன.

சினிமாவுக்காக எழுத்துப்பணி மேற்கொள்பவனின் நிலைமையோ? மேடையேற்றத்துக்காக எழுதப்படும் நாடகம் இலக்கியப்படைப்பு என்ற நிலையில் அமரத்துவம் பெறும்போது வெளிவராத படத்தின் திரைக்கதை வாசகர்களின் கவனத்தைப் பெறாமல் புறக்கணிக்கப்படுகிறது. நாடகத்தின் அடிப்படையும் வலிமையும் அதன் உரையாடல். திரைக்கதையோ இனிமேல் தயாரிக்கப்படவிருக்கிற சினிமாவுக்கு ஆதாரமாக உள்ள தோராய மான வரைபடம் என்பதே படைப்பிலக்கியத்தின் தகுதிக்கு அது உயர்வு பெறாமைக்குக் காரணம். அப்படியாக, திரைக் கதைக்கும் அதன் படைப்பாளனுக்கும் சினிமாவைத் தவிர்த்து உரிமைபாராட்டிக்கொள்ள தனித்துவமோ இருப்போ இல்லை என்றாகிறது.

உன்னதமான கலைஞர்களின் கைவருடல் எல்லாக் காலத் திலும் கிடைக்கப்பெற்ற கலையே சினிமா என்பதை நினைவு கூரவேண்டும். ஓவியர்களும் கவிஞர்களும் நாடக ஆசிரியர் களும் சிந்தனையாளர்களும் தொடக்கத்திலும் தொடர்ந்தும் சினிமாவை நோக்கி ஈர்க்கப்பட்டுள்ளனர். அவர்கள் நடத்திய சோதனைகளும் கண்டுபிடிப்புகளும் சினிமாவை அசாதாரண மான சாத்தியங்கள் கொண்ட கலையாக உயர்த்தின; சமூகத் தொடர்புக்குரிய சிறந்த சாதனமாக்கின. ஆனால், காலப்போக்கில் பார்வையாளர் கூட்டத்தின் பெருக்கமும் வித்தியாசமும் அவர் களின் திட்டப்படுத்த முடியாத வெவ்வேறான ரசனையும் கூடவே மூலதனத்தின் பெருக்கமும் தொழில்நுட்ப வேகமும் நட்சத்திர மரபின் பளபளப்பும் சேர்ந்து சினிமாவை மெல்ல மெல்ல சந்தைப்போக்குகளுக்கு இட்டுச் சென்றன. உற்பத்தியின் பொறுப்பு ஒரு நபரிடமிருந்து பலரிடமாகப் பரவிய நிலைமை உருவானதோடு உலகின் ஒருங்கிணைந்த விஞ்ஞானரீதியிலான கேளிக்கை வியாபாரத்தின் தலைநகரமாக ஹாலிவுட் மாறியது. தாமதமில்லாமல் உலகெங்குமுள்ள சிறியதும் பெரியதுமான வணிக சினிமா முயற்சிகள் எல்லாவற்றுக்கும் ஹாலிவுட் முன்னுதாரணம் ஆயிற்று.

நிறுவனங்களுடன் போட்டியிட்டே தனிநபர் சினிமா பிறந்தது; வளர்ந்தது. இதில் ஐரோப்பிய சினிமாவுக்குத்தான் முதன்மையான இடம். பிற எந்தக் கலையையும்போலவே ஒரு கலைஞனின் ஒற்றை மனதின் படைப்பாக சினிமாவைக் கண்ட பிரெஞ்சுச் சிந்தனை 'ஆதர் சினிமா' என்ற கோட் பாட்டுக்கு உயிர் கொடுத்தது. அதுமட்டுமல்ல, அதன் மூலம் உலகத் திரைப்படங்களில் மைல்கற்களாக மாறிய ஏராளமான சினிமாக்களுக்கு வழியமைத்தது.

உண்மையில், சினிமாவின் மொழி வேறுபட்ட தனித்துவம் கொண்டது. இருபதாம் நூற்றாண்டின் வீரியமும் வெற்றியுமாக அது முடிவான துலக்கம் கொண்டது. தலைமுறைகளினூடே மாறிவந்த கவிதைக் கருத்துகளை கவனத்துடன் மறு பரிசீலனை செய்ய இந்தக் கலையின் வடிவம் நிர்ப்பந்திக்கிறது. பார்த்துப் பழகியதும் நெருக்கமானதுமான இலக்கியம், நாடகம் போன்ற வற்றின் கட்டமைப்பிலும் உருவத்திலும் சினிமாவை கட்டிப் போட இயல்பாகவே எப்போதும் முயற்சி நடந்திருக்கிறது.

பழக்கப்பட்ட வழிகளைப் புறக்கணிக்கும் படைப்புகள் முக்கியமாக இரண்டு காரணங்களால் பார்வையாளனின் விருப்பத்துக்கு மாறானதாகின்றன. ஒன்று – படைப்பாளிக்குப் பார்வையாளனுடன் தொடர்புகொள்ளும் திறமை குறைவாக இருப்பது. இரண்டு – படைப்பின் நவீனத்துவத்துக்கு முன் தேவையான தயாரெடுப்பு இல்லாமல் திகைத்து நிற்பது.

கதை மையத்தைத் தேர்ந்தெடுப்பதிலும் வெளிப்பாட்டு முறைகளிலும் புதுமையையும் அசல்தன்மையையும் கொண்டு வரவே கவனிப்புக்குரிய ஒவ்வொரு திரைப்படைப்பும் முற்படு கிறது. பார்வையாளனைப் பொருத்தவரை சிறந்த திரைப்படத்தை ரசிப்பதற்கான திறமை பிறவியில் வாய்த்த ஒன்றல்ல. தொடர்ந்து பார்ப்பதன் மூலமும் மனப்பூர்வமாகவோ அல்லாமலோ கடைப் பிடிக்கும் பழக்கத்தின் மூலமும் எல்லாவற்றுக்கும் மேலாக பிற கலை இலக்கியத் துறைகளுடனான படைப்பாக்கத் தொடர்பு மூலமும் அது உருவாக வேண்டும்.

மாணவர்கள் பள்ளிக்கல்வி பெறுவது அறிவியல் அடிப் படையிலும் கலாச்சார அடிப்படையிலும் புதிய அறிவைப் பெறுவதற்காகத்தானே! ஏற்கனவே தங்களுக்குப் பரிச்சயமான விஷயத்தைத் திரும்ப அனுபவிப்பதற்கு அல்ல. நம் எல்லாருடைய அன்றாட வாழ்விலும் ரசனையனுபவம் இப்படிப்பட்டதுதான். புதியதாக அறிமுகமாகும் அசலான கலையனுபவத்தை முதலில் பழக்கமற்றது என்பதால் அங்கலாய்ப்புடன் விலக்குகிறோம். பின்னர் தயக்கத்தை விட்டு நெருங்குவதற்கான வாய்ப்பு வரும்

போது முன்பிருந்த எதிர்ப்புகளுக்குப் பிராயச்சித்தம் செய்வது போல உயர்ந்த ரசனையின் பாதைக்கு சுய விருப்பப்படி வரவும் செய்கிறோம். ஏறத்தாழ ஓர் இயற்கை விதிபோன்றதே இந்த நியதியும்.

இயல்பிலேயே சோம்பேறித்தனமான ரசிகன் பரிச்சயமற்ற எல்லாவற்றுடனும் முதலில் விலகியிருக்கவே முற்படுவான். பார்த்துப் பழகியதும் பரிச்சயப்பட்டதுமானவற்றை மீண்டும் பார்க்கவே எல்லாரும் விரும்புவார்கள். அதேசமயம், வேறுவிதமாக உள்ளுக்குள் கடந்துவிட்ட அறிவுகளின் உணர்வும் அவை ஊக்கப்படுத்தும் தேடல் வேட்கையும் அறியப்படாத அனுபவங்களுக்காகவும் புதிய சாகசங்களுக்காகவும் காத்திருக்கும் சிறிய தல்லாத ஒரு பிரிவின் மனதை ஆயத்தம் செய்கின்றன. புத்துணர்வும் கொஞ்சம் தூண்டுதலும் இருந்தால் ரசனையுள்ள ஒரு பார்வையாளனின் மனம் புதுமையுள்ள திரைப்பட அனுபவங்களையே நியாயமாகவும் விரும்பும். அதுவரை அறியப்படாமலிருந்த ரசனையனுபவங்களுக்கு அழைத்துச் செல்லக்கூடிய உற்சாகமும் துடிப்பும் அவற்றுக்கு மேலாக படைப்பெழுச்சியும் அந்தத் திரையாக்கத்துக்கு இருக்கவேண்டும்.

எல்லாக் கலைகளின் தர்மமும் கலாச்சாரம் சார்ந்த தூய்மைப்படுத்தல்தானே. சினிமா செய்யவேண்டியதும் அதைத்தான். உயர்ந்த சினிமாவின் பாதிப்பு கொட்டகையை விட்டு வெளியேறியதும் முடிந்துவிடுவதாக இருக்கக்கூடாது. அது நம்முடைய எஞ்சிய வாழ்க்கை முழுவதும் உடனிருக்க வேண்டும்.

'பொருளாதார லாபத்துக்காகப் படமெடுக்கிறேன்' அல்லது 'மக்களை ரசிக்கச் செய்வதற்காக மட்டுமே சினிமா தயாரிக்கிறேன்' என்று பகிரங்கமாக ஒப்புக்கொள்பவர்கள் உண்டு. எனில், எந்தத் தரத்திலான ரசனையை அத்தகைய சினிமாக்கள் பார்வையாளனுக்கு பகிர்ந்தளிக்கிறது என்பதும் சிந்திக்க வேண்டிய விஷயம். இதுபோன்ற படங்களில் பலவும் பிற்போக்கான கருத்துகளையும் சமூக விரோதமான அணுகுமுறைகளையும் பார்வையாளனிடம் பரப்புவது கவனிக்கப்படாமல் போகிறது. சினிமா ஒரு வெகுமக்கள் சாதனமாக இருப்பதனாலேயே அதற்குரிய பொறுப்புகளையும் அதை உருவாக்குபவர்களிடம் ஏற்கச் செய்திருக்கிறது.

பார்வையாளர்களிடம் நம்பிக்கையும் ஈடுபாடும்கொண்ட சினிமாவை முக்கியப் போக்கிலிருந்து விலக்கி வைப்பதில் ஓர் எல்லைவரை இங்குள்ள ஊடகங்களுக்கும் பங்கிருக்கிறது. நல்ல சினிமா சாதாரணமானவனுக்கு எட்டாதது என்றும் அவனுடைய அறிவுக்கும் உணர்வுக்கும் பிடிபடாத ஏதோ

ஒன்றுதான் அத்தகைய சினிமாக்களில் இருக்கின்றன என்பது போன்ற போலிக் கருத்துகளை மக்கள் மத்தியில் பரப்பிவிடுவது அந்த ஊடகங்கள்தாம். அதேசமயம் நமது விமர்சனத் துறையும் இன்னும் பிள்ளைப் பருவத்தைத் தாண்டி வளர மறுத்து நிற்கிறது.

விமரிசகனாவது எளிதானவேலை என்பது பலரது கருத்து. நீண்டகால ஆயத்தம், கடினமும் பொறுமையுமான ஆய்வு, பிற கலைகளிலும் இலக்கியம், நாடகம் போன்றவற்றில் புலமை, எல்லாவற்றுக்கும் மேலாக முதல்தரமான சஹிருதயத்துவம் – இவையெல்லாம் விமர்சகனுக்கு இருக்கவேண்டிய தகுதிகள். நல்ல விமர்சகன் படைப்பாளியிடம் கேலியைவிட மரியாதையை ஏற்படுத்தும் அறிவும் ஆழமும் கொண்டவனாக இருக்கவேண்டும். அப்படிப்பட்ட திறனாய்வாளன் படைப்பாளிக்கு இணையான தளத்துக்கு உயர்கிறான். பார்வையாளன் பார்க்காமற்போனதைக் காட்டித் தரவும் பார்த்ததன் உள் – வெளி உறவுகளைத் தொட்டும் நகர்த்தியும் தெரியப்படுத்த அவனால் முடியவேண்டும். எந்தக் காரணத்தைக் கொண்டும் ரசிகனுக்கும் படைப்புக்கும்

நடுவில் நின்று தடையை உருவாக்குவதல்ல அவனிடம் ஒப்படைக்கப்பட்டுள்ள கடமை.

இந்தப் பின்னணியில் இங்குள்ள நிலையை விசாரணை செய்துபார்த்தால் வெளிவரும் தகவல்கள் எந்த விதத்திலும் ஆறுதல் அளிப்பவையல்ல என்று ஒப்புக்கொள்ளவேண்டும்.

சினிமாவை விமர்சனம் செய்ய தயாரெடுப்புகள் வேண்டும் என்ற கருத்தே அவர்கள் கண்ணோட்டத்தில் பழஞ்சரக்கு. பலரையும் பொருத்தமட்டில் சாதாரணமல்லாத சினிமாவுடனான அவர்களது முதல் அறிமுகத்தின் (எதிர்கொள்ளலின்) இறுதி விளைவு விமர்சகனாக மாறுவது. அந்தப் பணியைக் கௌரவமானதாகக் கருதுபவர்களை திடுகிடச் செய்யக்கூடியது இது. பத்திரிகைகளில் அச்சிடப்பட்டு வெளியாகும் ஆட்சேப கரமான கட்டுரைகள் மூலம் தனது அறியாமையையும் வரையறைகளையும் அப்பட்டமாக்கும் விமர்சன மேதை தீவிர மான ஆய்வோ தேடலோ சீரிய காட்சிப் பழக்கமோ இல்லாமல் இதழ்களில் பத்திகளாக எழுதிக்குவிக்கும் காட்சி அச்சம் தரக் கூடியது. வெகுஜன கேளிக்கைச் சாதனம் என்ற சினிமாவின் அடைப்படைக் குணம்தான் பத்திரிகைகளை இத்தகைய அரை திருப்தி நிலைக்குக் கொண்டுபோய்ச் சேர்க்கிறது. சிரமப்பட்டு நேரம் ஒதுக்கி, பணம்கொடுத்து டிக்கட் வாங்கி, தியேட்டருக்குள் உட்கார்ந்து படம் பார்க்கும் ஒவ்வொருவரும் நியாயமாகவும் தாங்கள் பார்த்த படத்தைப் பற்றி சொந்தமான

அபிப்பிராயத்தை உருவாக்கிக் கொள்கிறார்கள். சிலர் தமக்குத் தோன்றியதை மனதுக்குள்ளேயே வைத்துக்கொள்ளும்போது சிலர் அதை மற்றவர்களுடன் பகிர்ந்துகொள்கிறார்கள். இப்படிப் பட்டவர்கள் தாமதமின்றி, தங்களுடைய அபிப்பிராயங்கள் குறிப்பிட்ட சினிமாவைப் பொருத்தவரை இறுதியானது என்றும் அதைக் காகிதத்தில் பகிர்ந்துகொண்டால் விமர்சனமாகிவிடு மென்றும் நினைத்துத் தடுமாறுகிறார்கள். வாசகர்களின் துர திருஷ்டத்தால் இவர்களில் யாராவது ஒருவர் ஏதாவது பத்திரிகை நிறுவனத்தின் ஆதரவும் பெற்றுவிட்டால் தாமத மின்றி ஒரு விமர்சனப் புலி உருவெடுத்தாயிற்று. அதிகமும் உள்ள விமர்சனக் குற்றங்கள் இவ்வாறு பிறவியெடுத்தவையே.

நல்ல சினிமா திரையில் மின்னி மறையும் காட்சிகளும் உரக்கக் கேட்கும் சப்தங்களும் மட்டும் இணைந்து உருவாவ தல்ல. அது குடியிருக்குமிடம் பார்வையாளனின் மனம். காண்பிக்கப்படுவதற்கும் சொல்லப்படுவதற்கும் அப்பால் அது பார்வையாளனுக்கு காண்பிக்கப்படாததையும் சொல்லப் படாததையும் அனுபவமாக்குகிறது. நல்ல கவிதைபோல. எந்த நல்ல கலைப்படைப்பையும்போல.

ரசிகனை தமக்கு இணையானவனாகவும் மன வலிமை யுள்ளவனாகவும் கருதுபவர்களே உயர்ந்த சினிமாவின் நடை முறையாளர்கள். ஆனால், அவனை புத்திபூர்வமான எந்தப் பயிற்சிக்கும் அனுமதிக்காமல் ஜனரஞ்சக சினிமா மந்தபுத்திக் காரனாக ஆக்கிவிடுகிறது. பார்வையாளனை எதார்த்தங்களி லிருந்து தப்பியோடவும் பகல் கனவுகளில் மூழ்கவும் மட்டுமே தூண்டிவிடுகிற பிற்போக்குச் சாதனங்கள்தாம் அத்தகைய சினிமாக்கள். பிற விதங்களில் பக்குவப்பட்ட மனமுடைய நமது பார்வையாளனை மூடத்தனத்தின் மயக்கத்திலிருந்து எழுப்பி எதார்த்தத்தின் தெளிவுக்கு அழைத்துவரவேண்டி யிருக்கிறது.

II

ரே, கட்டக், சென்

கடந்த மே மாதம் இரண்டாம் தேதி *(2004)* சத்யஜித் ரேயின் எண்பத்து மூன்றாம் பிறந்த நாள். மூன்றாண்டு களுக்கு முன்பு கல்கத்தாவிலுள்ள சத்யஜித் ரே பிலிம் இன்ஸ்டிட்யூட்டின் மேற்பார்வையில் தொடங்கப்பட்ட ரே நினைவு சொற்பொழிவுத் தொடரில் இந்த ஆண்டு உரையாற்றுமாறு என்னிடம் கேட்டுக்கொண்டிருந்தார் கள். சினிமா தொடர்பான எதைப் பற்றியும் பேசலாம். முதல், இரண்டாவது சொற்பொழிவுகளை குமார் சாஹ்னி யும் மிருணாள் சென்னும் நிகழ்த்தியிருந்தார்கள். முடிந்த வரை இந்தச் சொற்பொழிவுகளை திரைப்படத்துறை யினரைக் கொண்டே நடத்துவது; அதைத் தொடர்ந்து பேச்சாளர் அண்மையில் தயாரித்திருக்கும் படத்தைத் திரையிடுவது என்ற மரபு கிட்டத்தட்ட நடைமுறையாகி யிருந்தது.

சத்யஜித் ரே சகோதர உணர்வுடன் எனக்கு வழங்கி யிருந்த மதிப்பும் அன்பும் கல்கத்தா திரைப்படத்துறை யினருக்கு விரிவாகத் தெரியவந்திருந்தது. அந்த நிலையில் இயல்பாகவே சொற்பொழிவு எங்களுடைய உறவைப் பற்றியதாக இருக்கும் என்று அவர்கள் எதிர்பார்த்திருந்த தாகத் தோன்றியது. அதை உறுதிப்படுத்தும் விதமாக என்னுடைய பேச்சு ரேயைப் பற்றியதாகவே இருக்கட்டும் என்று நானும் தீர்மானித்தேன். கூடவே, வங்காள சினிமா வின் மும்மூர்த்திகளில் மற்ற இருவரையும் தொடர்பு படுத்தியதாக என்னுடைய உரை இருக்கவேண்டும் என்றும் தோன்றியது. ஏனெனில், ரித்விக் கட்டக்கும் மிருணாள் சென்னும் ஒரே ரீதியிலும் ஒரே அளவிலும் அல்லவென்றாலும் என்னிடம் சிறிதல்லாத வகையில்

நேயத்தை ஏற்படுத்தியிருந்தார்கள். மூவருடனான என்னுடைய தனிப்பட்ட உறவுக்கு அப்பால் இந்திய திரைப்படத்துறையில் வலிமையான, வேறுபட்ட மூன்று படைப்பாதாரங்களாக இருந்தவர்கள் சமகாலத்தவரும் ஏறத்தாழ சம மதிப்புள்ளவர்களுமான இவர்கள்.

சத்யஜித் ரேயை மிக உயரமாக நிமிர்ந்து நிற்கும் கலங்கரை விளக்குடன் ஒப்பிடவே விரும்புகிறேன். ஆறடிக்கும் மேல் உயர்ந்து எனக்கும் என்னுடைய தலைமுறையைச் சேர்ந்த திரைப்படக்காரர்களுக்கும் அந்தப் பெருங்கலைஞன் ஒரு முன்னுதாரணமும் வழிகாட்டியுமாக நின்றிருந்தார். வற்றாத ஊற்றாகவும் படைப்பூக்கமாகவும் இருந்தார்.

அடுத்த ஆண்டு தொடக்கத்தில் 'பதேர் பாஞ்சாலி'க்கு ஐம்பது வயது நிறைவுறும். சத்யஜித் ரேயின் அரங்கேற்றத்தின் பொன்விழாக் கொண்டாட்டத்துக்கான தயாரெடுப்புகள் ஆரம்பித்துள்ள இந்த வேளையில் அந்த முதல் படத்தின் எல்லாக் காலத்துக்குமான பொருத்தத்தைப் பற்றியும் அதன் வரலாற்று முக்கியத்துவத்தைப் பற்றியும் விரிவான அலசல்களும் கண்டுபிடிப்புகளும் உருவாகும் என்பது நிச்சயம். இந்திய சினிமாவை ரே – க்கு முன்பும் பின்பும் என்று சிறப்பித்துப் பகுத்தால் அதற்கு முதன்மையான உந்துதலாக அமைவது 'பதேர் பாஞ்சாலி', 'அபராஜிதோ', 'அபுர் சன்சார்' ஆகியவை அடங்கிய 'அபு முத்தொகுதி' (Apu Triology)யின் பெருமைதான் என்பதில் சந்தேகமில்லை.

உலக சினிமாவில் ரேயின் படைப்புகள் அவற்றின் அசாதாரண அழகாலும் அக மதிப்பாலும் ஒளிர்கின்றன. முதலிலிருந்து முடிவுவரை நிறைந்து ததும்பும் மனிதாபிமானம், மிக நுட்பமான வாழ்க்கைப் பார்வை, அபூர்வமான நகைச்சுவை, அசலான படைப்புமுறை ஆகியவற்றால் ரேயின் படங்கள் மற்றவையிலிருந்து எத்தனையோ உயரத்தில் நிற்கின்றன.

சாவட்டினி – டிசிக்கா கூட்டணியில் உருவான புகழ்பெற்ற நியோ ரியலிஸ்ட் படைப்பு 'பைசைக்கிள் தீவ்'ஸைப் பார்க்க நேர்ந்த ரே, அந்த சினிமாவின் புதிய எதார்த்த பாணியால் கவரப்பட்டார் என்றும் அவரது முதல் படத்திலும் மற்ற படங்களிலும் இந்த பாதிப்பு வெளிப்படுகிறது என்றும் மேற்கத்திய விமர்சகர்களும் அவர்களைப் பின்பற்றும் தேசிய சினிமா பண்டிதர்களும் எழுதியும் பேசியும் வருகிறார்கள். இந்த அவதானம் எந்த அளவு நியாயமானது என்று சரியாக ஆராய்ந்து தீர்மானிக்க வேண்டியிருக்கிறது. சாதாரண மனிதனின் வாழ்க்கையை சாயம் பூசாமல் வெளிப்படுத்தினார் என்பது

விலகி நின்று பார்க்கும் சோம்பல் பார்வை மட்டுமே. சினிமாவின் அகத்தைத் தெரிந்துகொள்ளாமல் தொலைவிலிருந்து கிடைக்கும் பார்வைகளை அடிப்படையாகக்கொண்டு படைப்புகளை வகைப் படுத்தியும் கட்டங்களுக்குள் அடைத்தும் காண்கிற போக்கு பொதுவாக எல்லா விமர்சகர்களிடமும் காணப்படுகிறது. இந்த வகையில் தங்களது பொறுப்பின் சுமையைக் குறைத்துக் கொள்கிறார்கள்; சிரமப்படாமல் மதிப்பீடு செய்கிறார்கள். இப்படி குறுக்குவழி தேடும் விமர்சகர்கள் ரேயைப் போன்ற அசாதாரணமான கலைஞரது படைப்புகளின் கவித்துவத்தையும் முற்றிலும் இந்தியத்தன்மையுள்ள கண்ணோட்டங்களையும் பார்க்காமல் போகிறார்கள். மேற்கில் தயாரித்த கோல்கள் அவற்றை அளந்து மதிப்பிட போதாமற்போவது இயற்கையானது. (மேற்கத்திய நாடுகளுக்கு ரேயின் படங்கள் விரும்பத்தக்கனவாக இருந்தன என்பது ஒரு முரணாக எஞ்சுகிறது). நியோ ரியலிஸ்ட் என்று மேம்போக்காகச் சிறப்பிக்கப்பட்ட அந்தப் படங்களுக்கு போருக்குப் பிந்திய இத்தாலியின் அந்நியமாகியும் அநாதை யாக்கப்பட்டும் கிடந்த தெருக்களில் அராஜகத்தின், ஊற்று தூர்ந்துபோன மனிதாபிமானத்தின் சான்றான 'பைசைக்கிள் தீவ்ஸு'டன் உருவத்திலோ உள்ளடக்கத்திலோ கதை நிகழும் காலத்தோடோ உறவில்லை என்று அறிந்துகொள்ள நெருங்கிப்

சத்யஜித் ராயுடன்

பார்த்தால் மட்டும் போதும். வறுமைக்கு நடுவிலும் துயரங்களுக்கு மத்தியிலும் 'பதேர் பாஞ்சாலி'யில் ஒளிரும் புத்துணர்வு 'பை சைக்கிள் தீவ்ஸிலிருந்து மாறுபட்ட கண்ணோட்டத்தை பார்வை யாளன் முன்னால் வெளிப்படுத்துகிறது.

கட்டக்கைப் பற்றி முன்பே குறிப்பிட்டேன். பிலிம் இன்ஸ்டிட்யூட்டில் கடைசி இரண்டு ஆண்டுகள் அவர் எனது ஆசிரியராக இருந்தார். எடுத்த படங்களெல்லாம் பொருளாதார ரீதியில் தோல்வியடைந்தும், உரிய அங்கீகாரம் பெறாமலும் போன இந்த 'ஜீனியஸ்' ரேயின் சிபாரிசின் பேரில் இன்ஸ்டிட்யூட் டின் துணை முதல்வராகவும் டைரக்ஷன் பிரிவின் பேராசிரிய ராகவும் நியமிக்கப்பட்டார். (அன்று தகவல் ஒலிபரப்புத் துறை அமைச்சராக இருந்த இந்திரா காந்தி திரைப்படச் சங்கங்கள் கூட்டமைப்பின் – ஃபெடரேஷன் ஆஃப் பிலிம் சொசைட்டீஸ் – துணைத் தலைவராகவும் ரே தலைவராகவுமிருந்தனர்). சத்யஜித் ரேயும் ரித்விக் கட்டக்கும் ஜென்மப் பகைவர்கள் என்று திரைப்படத்துறையைச் சேர்ந்த சுயநல வட்டாரங்கள் பிரச்சாரம் செய்துகொண்டிருந்த வேளையில்தான் இது நடந்தது என்பது வேடிக்கையுணர்வை உண்டாக்கியிருந்தது.

எதிர்பாராமல் கிடைத்த அதிருஷ்டம் என்றே சொல்லலாம். கட்டக் வெறும் சினிமா இயக்குநராக மட்டும் இருக்கவில்லை. வேதங்களிலும் உபநிஷத்துகளிலும் அவருக்கிருந்த அறிவு ஆழ மானது. கூடவே, நவீன அறிவியல்துறைகளிலும் மேற்கத்திய தத்துவச் சிந்தனைகளிலும் அவர் பெற்றிருந்த அசாதாரணமான புலமை மாணவர்களாகிய எங்களிடையே அவருக்குப் பெரும் மதிப்பை ஏற்படுத்தியது. கலை, இலக்கியம், சினிமா தொடர்பாக புதிதாக வெளிவந்த புத்தகங்களை அவர் தருவித்தார்; வாசித்தார். அவற்றில் பலதையும் குறித்து எங்களோடு ஆர்வமாகப் பேசினார். புனுவலின் ஆராதகரும் பெர்க்மனின் விமர்சகருமாக இருந்தார். இந்தியன் பீப்பிள்ஸ் தியேட்டரிலிருந்து (இப்டா) பெற்ற நாடக அனுபவங்களும் தேர்ந்த இசையறிவும் எழுத்தார்வமும் சுதந்திர சிந்தனையும் இணைந்த அசாதாரணமான ஆளுமையாக இருந்தார் கட்டக்.

கட்டக்கின் நாளங்களில் ரத்தத்தைவிட அதிகமாக ஓடியது மதுவும் சினிமாவும்தானென்று நெருக்கமானவர்கள் சாட்சி சொல்லுவார்கள். ஒருமுறை இறுதியாண்டு மாணவர் ஒருவரது படப்பிடிப்பை மேற்பார்வையிட்டுக்கொண்டிருந்த கட்டக், தனது பொறுப்பை மறந்து, சிஷ்யன் எடுக்கவேண்டிய டிப்ளமோ படத்தை ஆர்வத்தில் தானே எடுத்த கதை இன்ஸ்டிட்யூட்டில் பகிரங்க ரகசியமாக இருந்தது.

அசாமான்யமான திறமையுள்ள திரைப்படக் கலைஞர் என்ற நிலையிலும் சினிமாவின் சாத்தியங்கள் பற்றி எங்களில் ஆவேசமூட்டிய ஆசிரியப் பெருமகன் என்ற நிலையிலும் கட்டக் எனது பெரும் மதிப்புக்குரியவராக இருந்தார். ஆனால், அவரையோ பிற ஆசிரியர்களையோ வகுப்பறைக்கு வெளியில் தனித்துச் சென்று பார்க்கவோ நட்பு கொள்ளவோ எதனாலோ நான் ஒருபோதும் முற்படவில்லை. அதனால், இன்ஸ்டிட்யூட்டை விட்டு வந்த சுமார் பத்தாண்டுகளுக்குப் பின்னர் கட்டக்கும் நானும் சந்தித்தது நினைவில் நிற்கும் ஓர் அனுபவமானது.

அவருடைய அகால மறைவுக்கு ஏறத்தாழ ஓராண்டு முன் நடந்த சந்திப்பு. தில்லியில் உலகத் திரைப்படவிழாவை யொட்டி நடந்த தேசியக் கருத்தரங்க மேடையில் கட்டக்கும் மணிகௌலும் குமார் சாஹ்னியும் நானும் பிறரும் கலந்து கொண்டிருந்தோம். வரிசையின் அந்த முனையில் ஏதோ சிந்தனையில் மூழ்கி அமர்ந்திருந்தார் கட்டக். ஆள் மிகத் தளர்ந்திருந்தார். பலமுறை மனதுக்குள் யோசித்த பின்னர், கூட்டம் முடிந்ததும் குருவை நேரில் பார்த்து நினைவைப் புதுப்பித்துக்கொள்ளவேண்டும் என்று தீர்மானித்தேன். எட்டுப் பேர் மட்டுமிருந்த எங்கள் வகுப்பில் இரண்டாண்டு காலம் நிரந்தரமாகக் கலந்துறவாடிக்கொண்டிருந்த ஓர் ஆசிரியர் அவர்களில் யாரையாவது ஞாபகத்திலிருந்து நழுவ விட்டிருப் பார் என்று நம்புவது இயலாது.

கூட்டம் முடிந்து எல்லாரும் எழுந்த நிலையில் மறுபடியும் வேண்டுமா வேண்டாமா என்று மேலும் யோசித்து, கொஞ்சம் சந்தேகப்பட்டு பிறகு கட்டக்கை நெருங்கிக் கைநீட்டினேன். கொஞ்சமும் சந்தேகமில்லாமல் அவரும் கைகொடுத்தார். 'என்னை ஞாபகமிருக்கிறதா? நான் தங்களின் சிஷ்யன்... பிலிம் இன்ஸ்டிட்யூட்டில்' என்று ஒருவழியாகச் சொல்லி முடித்தேன்.

உற்சாகமே இல்லாமல் என்னை வெற்றுப்பார்வை பார்த்து விட்டு, முற்றிலும் பரிச்சயமற்ற உணர்வுடன் மெதுவாகச் சொன்னார்... 'இல்லை'

நான் சோர்ந்துபோனேன். இருக்கிற மரியாதையுடன் கௌரவமாக ஒதுங்கி உட்கார்ந்திருக்கலாம். குளிர்ந்து உயிரற் றிருந்த அவரது வலதுகை அப்போதும் என் கைகளுக்குள் இருந்தது. என்ன செய்வது? என் கை தானாகவே விலகியது.

நான் மாணவனாக இருந்தபோது ரேயோ, சென்னோ பிலிம் இன்ஸ்டிட்யூட்டுக்கு வருகை தந்திருக்கவில்லை. அதனால்

அடூர் கோபாலகிருஷ்ணன்

அவர்களின் அதிகாரபூர்வமான மாணவன் என்று உரிமை கொண்டாட வழியில்லை. இன்ஸ்டிட்யூட்டின் தொடக்க காலத்தில் இப்படி ஒரு நிறுவனத்தின் தேவை பற்றி ரேவுக்கு புரிதல் ஏற்பட்டிருக்கவில்லை என்று கேட்டதுண்டு. சொந்த முயற்சியின் மூலம் சுயமாக நடத்திய நீண்ட தேடல்களினூடே சினிமாவின் அழகியல் ரகசியங்களையும் வடிவமைப்பையும் தனதாக்கிக்கொண்ட ரேவுக்கு சினிமாவை வகுப்பறைகளில் கற்பிக்க முடியுமென்ற கருத்துடன் இயல்பாகவே பொருந்த முடியவில்லை. அதுமட்டுமல்ல, அது அறுபதுகளின் தொடக்க மென்பதையும் நினைவு கொள்ளவேண்டும். ரேயின் படைப் பாற்றல் முழுமையுடன் திகழ்ந்த காலம். ஒன்றையடுத்து ஒன்றாக ரேயின் படங்கள் வெளிவந்துகொண்டிருந்த பொற்காலம். அவையெல்லாம் ரேயின் ஈடில்லாத படைப்பூக்கத்தின் சான்றும் அடையாளமுமாக இருந்தன.

மிருணாள் சென் அவருடைய மாஸ்டர்பீஸ்களை இனிமேல் தான் எடுக்கவிருந்தார். உலக விருதுகளும் அங்கீகாரங்களும் தொடர்ந்து வந்து சென்னை மூன்று திறமையாளர்களின் வரிசைக்குக் கொண்டுசேர்க்க பின்னும் ஆண்டுகளாயின. பிலிம் இன்ஸ்டிட்யூட்டை விட்டு வந்த பின்னர் முதலில் மிருணாள் சென்னுடனும் அதற்கும் நீண்ட வருடங்களுக்குப் பிறகு சத்யஜித் ரேயுடனும் அறிமுகமானேன். பம்பாயில் பாசு சாட்டர்ஜியுடன் இணைந்து பிலிம்ஃபாரம் என்ற ரசிகர் அமைப்பை நடத்திவந்த அருண்கௌலின் தூண்டுதலில் நாங்கள் சிலர் சேர்ந்து 'நியூ சினிமா மூவ்மெண்ட்' என்ற அமைப்பை உருவாக்கினோம். பிரான்சின் நியூவேவ் திரைப்பட இயக்கம்தான் உந்துதல். தலைவர் மிருணாள் சென். புதிய சிந்தனைக்கும் செயல்பாடுகளுக்கும் தூண்டுகோலாக இருப்பது, ஒத்த கருத்துடையவர்கள் பரஸ்பரம் உதவுவது, ஒத்துழைப்பது என்பதுபோல தத்துவத் தளத்தில் ஒரு பாதிப்பு ஏற்படுமாறு செயல்படுவது என்பது நோக்கமாக இருந்தது. 1969இல் மிருணாள்சென்னின் 'புவன்ஷோம்' வெளிவந்தது. நமது சினிமாவில் நாங்கள் கற்பனை செய்த அந்தப் புது அத்தியாயம் திறந்தது.

1972இல் பம்பாயிலுள்ள 'நிகழ்கலைகளுக்கான தேசீய மைய'த்தின் (நேஷனல் சென்டர் ஃபார் பெர்ஃபாமிங் ஆர்ட்ஸ்) திரையரங்கில் 'சுயம்வரம்' படம் பார்த்துவிட்டு இறங்கி வந்த மிருணாள் சென் நெடுநேரம் என்னிடம் படத்தைப் பற்றி உற்சாகமாகப் பேசிக்கொண்டிருந்தார். கன்னிமுயற்சியில் ஈடுபட்ட பழைய மாணவனுடன் பேசுவதுபோல இல்லாமல் ஒரு திரைப்படக்காரன் தனக்கு இணையான சக திரைப்படக்

கோவி, லலிதா ('கொடியேற்றம்')

காரனுடன் பேசுவதுபோன்று பேசிக்கொண்டிருந்தார். படத்தின் தொடக்கத்தில் வரும் பஸ் பயணம் அவருக்கு மிகவும் பிடித் திருந்தது என்பதை நான் இப்போதும் நினைவுகொள்கிறேன்.

ரே, சுயம்வரத்தைப் பார்த்திருப்பாரென்று தோன்றவில்லை. ‘கொடியேற்றம்’தான் அவர் முதலில் பார்த்த என்னுடைய சினிமா. தில்லியில் திரைப்பட விழா நடைபெற்றபோது ராணுவ புகைப்பட – திரைப்படப் பிரிவின் திரையரங்கில் படத்தைப் பார்த்தார். ரே உட்பட பிரத்தியேகமாக அழைக்கப்பட்டிருந்த ஒரு டஜன் பார்வையாளர்கள் மட்டுமே இருந்தனர். பெர்லின் விழாவின் புதிய சினிமா அமைப்பின் இயக்குநரான உல்ரிக் க்ரிகர், ஜெர்மன் தொலைக்காட்சியைச் சேர்ந்த ஸெட், டி.எஃப். சானலின் இயக்குநர் எக்கர்ட் ஸ்டைன் போன்ற பிரபலங்கள் பார்வையாளராக இருந்தனர். (அச்சடிக்க உபயோகப்படுத்தி யிருந்த பிளாக்குகளைப் போன்ற அச்சுக்களைத் தயாரித்து அதைச் சூடுபடுத்தி பிலிமில் எழுத்துகளைப் பதிக்கும் வித்தையை பம்பாயைச் சேர்ந்த ராவ் கோ உரிமை யாளரும் நுண்ணறிவாளரு மான ராவ் கண்டுபிடித்திருந்தார். அந்த தொழில் நுட்பத்தைப் பயன்படுத்தி பல தோல்விகளுக்கு இடையில் பிலிமில் எழுத்து களைப் பதித்து ஒப்பேற்றியிருந்தோம்). ஏராளமான சந்தேகங் களுடன் படம் தொடங்கியது. அதிகம் தாமதமாகவில்லை. சட்டென்று இறுக்கத்தைத் தளரச் செய்து ஒரு வெடிச்சிரிப்பு கேட்டது. அது ரேயிடமிருந்து. கதை முன்னேற முன்னேற மற்றவர்களும் சேர்ந்துகொண்டார்கள். எல்லாச் சிரிப்பை விடவும் உரக்கக் கேட்டது ரேயின் உச்சமும் கனமுமான சிரிப்புத்தான்.

அசோகா ஹோட்டலின் வரவேற்புக் கூடத்தில் அமர்ந்து படத்தைப் பற்றி ரே என்னுடன் விரிவாகப் பேசினார். படம் அவருக்கு மிகவும் பிடித்திருந்தது. இடையில் ‘பின்னணி இசையை சுத்தமாக ஒதுக்கிவிட்டிருக்கிறீர்களே, இனிமேலும் அதைப் பயன்படுத்த மாட்டீர்களா?’ என்று கேட்டார்.

‘இந்தப் படத்தில் அதற்கு இடம் கண்டுபிடிக்க முடிய வில்லை. அதனால் பயன்படுத்தவில்லை அவ்வளவுதான்’

‘நன்றாக உருவாக்கப்பட்ட பின்னணி இசையை கொஞ்ச மாகவும் முறையாகவும் பயன்படுத்தினால் மிகவும் உபயோகமாக இருக்கும்’

நான் அதை ஒப்புக்கொண்டேன். அதை ஒரு நல்ல அறிவுரை யாக மனதில் குறித்துக்கொண்டேன்.

இனி ஒரு ஃப்ளாஷ் பேக்.

ரேயுடன் எனக்குள்ள உறவு அவர் 'கொடியேற்றம்' பார்ப் பதற்கு இருபது ஆண்டுகளுக்கு முன்பே தொடங்கிவிட்டிருந்தது என்பதுதான் உண்மை. அதுவும் தற்செயலாக நிகழ்ந்தது.

ஏதோ ஐந்தாண்டுத் திட்டத்தின் விளக்கப்படம் காட்டு வதற்காகத்தான் இந்த ஆர்ப்பாட்டம் என்று உதாசீனம் கலந்த சந்தேகப் புத்தியுடனேயே நாங்கள் அந்தச் செய்தியை வரவேற் றோம். எனினும் தெரு விளக்குகள் விழச் செய்திருந்த வேப்பமர நிழல்கள் அசைந்தாடிக்கொண்டிருந்த சிறிய மைதானத்தின் வெட்டவெளியில் மாணவர்களும் சில ஆசிரியர்களும் கூடியிருந் தோம். ஹாஸ்டல் கட்டடத்தின் சுண்ணாம்படித்த பின் சுவரில் 16 எம்.எம். பல்பு புரொஜக்டரிலிருந்து ஒரு வங்காள கிராம மும் அங்குள்ள மனிதர்களும் சீக்கிரம் குடியேறினார்கள். நாங்கள் விழித்துக்கொண்டு உட்கார்ந்திருந்தோம். அது ஓர் அனுபவமாக இருந்தது. அறியப்படாத ஒரு கலைஞனின் முற்றிலும் பழக்கமில்லாத சினிமா. அதற்கு முன் நான் பார்த் திருந்த எல்லா சினிமாக்களிலிருந்தும் வேறுபட்டிருந்தது அந்தச் சினிமா. ஆட்கள், வீடுகள், சுற்றுச்சூழல், நில அமைப்பு – எல்லாம் அன்றாட வாழ்க்கையிலிருந்து பறித்துவைத்தது போன்ற நுட்பத்துடன் வெளிப்படுத்தப்பட்டிருந்தது. அதனாலேயே வழக்கமான கேளிக்கைப் படங்களிலிருந்து அதற்கான இடை வெளியும் அதிகமாக இருந்தது. திரைப்பட அரங்குகளுக்கு நிரந்தரமாக வந்து போகும் உள்ளீடற்ற சரக்குகளுடன் இந்தப் படத்துக்கு ஓர் ஒற்றுமையும் இல்லாமலிருந்தது. சாயம் பூசிய நடிக நடிகையரோ பெயிண்ட் அடித்த பின்புலங்களோ அதில் இல்லை. யாரும் நடிப்பதாகத் தோன்றவில்லை. ஒவ்வொருவரும் அவரவர்களாக வாழ்வது போன்ற தோற்றம். பார்வையாளன் என்ற நிலையில் எனக்கிருந்த சின்ன சிரமம் வங்காளமொழியில் இருந்த அவர்களுடைய உரையாடல் புரியவேயில்லை என்பது மட்டுமே. பிலிம் பிரிண்டில் எழுத்துகளைப் (சப் டைட்டில்) பதிவுசெய்யும் தொழில்நுட்பம் அன்று இந்தியாவுக்கு வந்திருக்க வில்லை. எனினும் நேரில் பார்த்த வாழ்க்கைத் தருணங்கள் அப்படியே மனதில் பதிந்தன. எங்களுடைய மலையாள ஆசிரியரான ஜி.சங்கரப்பிள்ளை சாரும் பார்வையாளர்கள் கூட்டத்திலிருந்தார். படத்தின் இயக்குநர் சாந்திநிகேதனிலிருந்து வந்த சத்யஜித் ரே என்ற இளம் ஓவியர் என்றும் அதற்குள்ளேயே அந்தப் படத்துக்கு சர்வதேச விருதுகள் கிடைத்திருந்தன என்றும் அவர் சொல்லித்தான் தெரிந்துகொண்டோம்.

'பதேர் பாஞ்சாலி'யுடன் எனக்கு ஏற்பட்ட முதல் பரிச்சயம் என் வாழ்க்கையின் திருப்புமுனையாக இருந்தது என்றோ என்னுடைய செயல்பாட்டுத் துறையை அத்தோடு மாற்றிக்

கொள்ளத் தீர்மானித்தேன் என்றோ சொன்னால் அது பொய் யாகவே இருக்கும். என்னுடைய செயல்பாட்டுத் துறையாக நான் தேர்ந்தெடுத்திருந்தது நாடகம். நீண்ட நாட்களாக, பள்ளி மாணவனாக இருந்த காலம் முதல் அதற்கான தயாரிப்பிலு மிருந்தேன்.

இதெல்லாமிருந்தும் முற்றிலும் எதிர்பாராத விதமாக நான் சினிமாவுக்கு வந்து சேர்ந்தேன். அதற்குள் 'பதேர் பாஞ்சாலி' என்ற அசாதாரணமான அனுபவத்துக்கு நான்கு வயதாகி இருந்தது. புனே பிலிம் இன்ஸ்டிட்யூட்டின் சேர்க்கை விளம் பரத்தில் திரை நாடகத்திலும் (*screen play*) இயக்கத்திலும் பயிற்சியளிக்கப்படும் என்று காட்டியிருந்தது ஒரு காரணமாக அமைந்தது. நாடகம் போலவே திரைநாடகமும் இருக்கும் என்ற எண்ணத்தில் அறிவியல்பூர்வமாக நாடகமாக்கலைப் பற்றிக் கற்றுக்கொள்ளலாம் என்ற நம்பிக்கையுடன் புனேவுக்கு வந்து சேர்ந்தேன். இதுபோன்ற அபிப்பிராயங்கள் குப்புறக் கவிழ அதிக காலம் வேண்டியிருக்கவில்லை. நாடகத்துக்கும் திரைநாடகத்துக்கும் ஒற்றுமைகளைவிட வேற்றுமைகளே அதிகம் என்பதைத் தாமதமில்லாமல் உணர்ந்துகொண்டேன். சினிமா வுக்கு உரிய படைப்பழகுகள் எனக்கு நேராக ஒரு கதவைத் திறந்தன. 'பதேர் பாஞ்சாலி'யையும் சத்யஜித் ரேயையும் நான் சரியாகக் கண்டடைந்தது புனே இன்ஸ்டிட்யூட்டில்தான். திரைப்பட ரசனைப் பிரிவின் தலைவராக இருந்த பேராசிரியர். சதீஷ் பகதூரின் அபாரமான ஆய்வுத் திறமைக்கு வாழ்த்து. இந்திய சினிமாவில் கலைத்தன்மை நிறைந்த முதலாவது கிளாஸிக்கான இந்தப்படத்தைப் பலமுறை பலகோணங்களி லிருந்து பார்க்கவும் ரசிக்கவும் அதன் ஒளி – ஒலித் தொடர்பு களைப் பிரித்தும் சேர்த்தும் கற்றுக்கொள்ளவும் வாய்த்த கிடைத்தற்கரிய வாய்ப்பு மறக்கமுடியாதது. (விரிவு அஞ்சி அபராஜிதோ, அபுர் சன்சார் அல்லது ரேயின் பிற படங்களைப் பற்றி இங்கே நான் குறிப்பிடவில்லை).

ரித்விக் கட்டக்கின் கலையையும் தொழில் திறனையும் கண்டறிந்ததும் இன்ஸ்டிட்யூட்டில்தான். மற்றவர்கள் மூலமாக அல்ல; அவரிடமிருந்தே நேரடியாக. தனது ஒவ்வொரு படத்தை யும் திரையிட்டு அவற்றின் படைப்பாக்க முறைகளைப் பற்றி கட்டக் நடத்திய வகுப்புகள் என்றென்றைக்குமான பயிற்சிப் பாடங்களாக இருந்தன. சினிமாவின் படைப்பாக்கத்துக்கும் படைப்பின் ரகசியங்களுக்கும் மாணவர்களை அழைத்துச் செல்லும் கட்டக்கின் திறமை வேறுபட்ட ஒன்று. மற்ற எந்தக் கோட்பாளனுக்கும் முடியாத விதமாக தனது கடமையை நிறைவேற்றிக்கொள்ள அவருக்கு உதவியவை, திரைக்கலைஞன்

என்ற நிலையில் கட்டக் எங்களிடையே உருவாக்கிக்கொண் டிருந்த மதிப்பும் மரியாதையுமாகவே இருக்க வேண்டும். ரேயின் 'பதேர் பாஞ்சாலி', 'அபராஜிதோ' ஆகிய படங்களிலிருந்து தேர்ந்தெடுத்த காட்சிகளைத் திரையிட்டு சொல்வார்: 'கவனமாகப் பாருங்கள், மகத்தான சினிமாவின் உன்னத உதாரணங்கள்'.

பிலிம் இன்ஸ்டிட்யூட்டுக்குப் போகாமலிருந்திருந்தால் நான் சினிமாக்காரன் ஆகியிருப்பேனா? பலமுறை இப்படி யோசித்ததுண்டு. உரத்த 'இல்லை' என்பதே அதற்கான பதில். ஒருவகையில் சத்யஜித் ரே தொடக்க காலத்தில் பிலிம் இன்ஸ்டிட்யூட் தொடர்பாகக் கொண்டிருந்த பாராமுகம் (பிற்காலத்தில் அது மாறியது என்பது ஆறுதல்) நியாயமற்றதாக எனக்குத் தோன்றியிருந்தது. அவர் கொண்டிருந்த மனோ பாவத்துக்கு முழுமையான சாத்தியமில்லாமலில்லையே என்று பின் யோசனையில் தோன்றியதுமுண்டு. நூற்றாண்டுகளாக நீண்டு நின்ற விதேச அதிகாரம் நம்மில் மிச்சமாக்கி வைத்த அடிமை மனோபாவம் இழைத்திருப்பது சில்லரைத் தீமை களல்ல. ஆழமாகப் பதிந்துபோன சுய நிந்தனையும் குற்ற உணர்வும் சாபம்போல தலைமுறைகளாகப் பரவிக்கொண்டே இருக்கின்றன. இன்ஸ்டிட்யூட் வளாகத்தில் அறுபதுகளின் ஆன்மீக குரு கோடார்ட் ஆக இருந்தால் எழுபதுகளின் மந்திரம் தார்க்கோவ்ஸ்கியாயிற்று. எண்பதுகளின் ஆவேசம் – கீஸ்லோவ்ஸ்கி. இவ்வாறு ஒவ்வொரு பத்தாண்டிலும் மேற்கி லிருந்து உந்துதலை எதிர்பார்த்த பல தலைமுறைகள் இன்ஸ்டிட்யூட்டைக் கடந்து போயின. நமக்கு மிக நெருக்கமும் பொருத்தமும் உள்ள கிழக்குத் திசைக்கு முதுகைக் காட்டியும் நம்முடையதான எல்லாவற்றின் மீதும் ஏறியும் நின்றோம். நிலைமை இவ்வாறிருக்க அவர்கள் எப்படி சத்யஜித் ரேயையோ ரித்விக் கட்டக்கையோ மிருணாள் சென்னையோ இனம் கண்டு ஆதரிக்கப் போகிறார்கள்? இவர்களில் ஒருவேளை கட்டக் மட்டுமே சிறிது காலத்துக்காவது சில வட்டங்களில் ஃபாஷனாக இருந்தார். அதுவும் அவர் மகத்தான திரைப்பட ஆளுமை என்பதனால் அல்ல; அவருடைய வழி மாறிய வாழ்க்கை முறையின் அந்நியத்துவம் காரணமாகவே.

சர்வதேச அரங்குகளில் ஒவ்வொரு புதிய ரே படத்துக்கும் ஆவேசமான வரவேற்பு கிடைத்துக்கொண்டிருந்த நாட்களில் கூட, காம்பஸ் காட்சிகளில் முதன் முதலாக உலக கிளாஸிக்கு களைப் பார்க்கத் தொடங்கிய மாணவர்கள், பாராட்டுக்குரிய திரைப்படக் கலைஞராக ரேயைப் பார்க்கத் தயங்கினார்கள். ஏனெனில், இந்தியனான ஒரு நபர் அடையக்கூடிய உயரத்துக்கு ஓர் எல்லையுண்டு என்று அவர்கள் நம்பியிருக்கவேண்டும்.

தில்லியில் 'சாருலதா'வின் பிரத்தியேகக் காட்சிக்குப் பின்னர் இன்ஸ்டிட்யூட்டைச் சேர்ந்த மூத்த மாணவர் ஒருவர், பத்திரிகையாளர்கள் இருந்த ஒரு கூட்டத்தில் ரேயிடம் ஆக்ரோஷமாகக் கேட்ட கேள்வியும் அதற்கு அவர் சொன்ன பதிலும் பிரசித்தமானவை. படத்தில் ஒரு காட்சியில் ட்ராலி பயன்படுத்த வேண்டிய அவசியத்தை பற்றிக் கேள்வி. கேள்வியின் நோக்கத்தில் சந்தேகம் தோன்றிய ரே மிக லாவகமாகப் பேசி பையனை உட்காரவைத்துவிட்டார். 'என்னிடம் ட்ராலி இருந்தது. அதனால்...' பத்திரிகையாளர்களின் கூட்டச் சிரிப்பில் பையன் கூச்சமடைந்தான்.

இந்த நிகழ்ச்சி காம்பஸில் கொஞ்ச காலத்துக்கு விவாத விஷயமாக இருந்தது. கேள்வி கேட்டவரை அப்படி அவமானப்படுத்தியது சரியல்லவென்று வாதாடியவர்களும் பதிலின் கூர்மையை முடிந்தவரை ரசித்தவர்களும் அதில் இருந்தனர்.

பிலிம் சொசைட்டிகளில் வெளிநாட்டுப் படங்களைப் பார்க்கத் தொடங்குபவர்களிடமும் இதுபோன்ற நோய்கள் பொதுவாகக் காணப்படுவதுண்டு. இன்ஸ்டிட்யூட்டைவிட்டு வந்து தங்களது துறையின் எதார்த்தங்களுடன் மோதுகிறவர்கள் தாமதமில்லாமல் தங்களுடைய கொம்புகளைப் போக்கடித்து விடுகிறார்கள். அதுபோன்ற வாய்ப்பு இல்லாத இன்னொரு சதவிகித ரசிகர்கள், வெளியிலிருந்து வந்தவற்றைப் பொருளறிந்து ஏற்றுக்கொள்வதற்கான அடிப்படையையோ தமது மண்ணில் உருவானவற்றை அறிந்துகொள்வதற்கான பணிவையோ வசப்படுத்திக்கொள்ளாமல் சிக்கல்களில் மாட்டிக்கொள்வதும் அபூர்வமல்ல.

புதிதாக பிரிவினைக்கோட்பாடுகள் பேசித்திரியும் சிலரது குற்றச்சாட்டுகள் ரேயின் கலையின் மதிப்பையோ அதற்குரிய வரவேற்பையோ கொஞ்சமும் பாதிக்கவில்லை. அது மட்டுமல்ல, பலருடைய விஷயத்திலும் அவர்கள் வெளிப்படுத்திய கேலியும் விமர்சனமும் திரும்பவந்து அவர்களையே துளைத்த அனுபவங்களும் நிகழ்ந்தன.

அசாதாரணமான பல ஐரோப்பிய திறமையாளர்களின் முன்னும் அபூர்வ அழகுள்ள படைப்புகளின் சோபை முன்னும் விவரமான திரைப்பட மாணவர்கள் பலரும் அதீத ஆராதனை ஜுரம்பிடித்தும் மூடத்தனம் பாதித்தும் திகைத்து நிற்பது வழக்கம். தன்னை மறந்து இதைத்தாண்டி வேறு என்ன இருக்கிறது? என்று அவர்கள் உள்ளுக்குள்ளேயே திகைத்துப் போகிறார்கள். அதில் அவர்கள் இழப்பது தன்னம்பிக்கையின் அஸ்திவாரத்தை. படைப்பாளிக்கு உரிய புனித எதிர்ப்பு என்ற

திறமையை. நம்முடையதான எல்லாவற்றையும் இனம்புரிந்து கொள்ளாமல் நிராகரிப்பது இத்தகைய சுயமறுப்பின் தெளிவான அடையாளங்கள்தாம்.

இங்கே பலரும் நினைக்க மறந்துபோன சிலவிஷயங்கள் உள்ளன. ஐரோப்பாவைச் சேர்ந்த உன்னதக் கலைஞர்கள், அவர்கள் வாழுகின்ற, அவர்களுக்கு மட்டுமே சொந்தமான வாழ்க்கையைக் கருவாக்கியே கலைப்படைப்புகளை உருவாக்கு கிறார்கள். இறக்குமதி செய்த நடவடிக்கைகளையும் நிலைப்பாடு களையும் ஒருங்கிணைத்து அல்ல. அவர்களுடைய படைப்புகளில் நிழலாடுவது அங்குள்ள மக்களின் நினைவுகள், கனவுகள், மகிழ்ச்சிகள், உணர்வுகள், பதற்றங்கள் – இவைதாம். ஐரோப்பிய பூமியும் ஆகாயமும் நதியும் மலைகளும் நம்முடையவற்றிலிருந்து எவ்வளவோ மாறுபட்டவை. அங்குள்ள வானிலையும் உடையும் உணவும் மட்டுமல்ல, சடங்குகளும் நம்பிக்கைகளும் தனிநபர் – குடும்ப உறவுகளும் அதிகமெதற்கு, வாழ்வின் லயமே எவ்வளவோ வித்தியாசமானது. அந்த நிலையில் அவர்கள் நிபுணத்துவத்துடன் கையாளும் கலை, தொழில்நுட்ப அணுகுமுறைகளை நமது வாழ்க்கை எதார்த்தங்களைச் சித்தரிக்க அப்படியே எடுத்தாளு வது பொருத்தமற்றதாகிறது.

சொந்த எதார்த்தங்களிலிருந்து விலகியும் அன்னிய எதார்த்தத்தை நேசிக்கவும் செய்கிற திரைப்படப் பள்ளி வாழ்க்கையை கடந்து வெளியுலகின் வேறுபட்டதும் நிச்சயமற்றது மான சூழலில் கால்வைக்கிற ஓர் இளைஞனை (இளம் பெண்ணை) பதற்றமும் நிராதரவும் ஆக்கிரமிக்கிற காட்சி இன்று மிகச் சாதாரணம்.

ஒரு விஷயத்தை இங்கே விளக்கவேண்டியிருக்கிறது. அறிவியல்ரீதியாக சினிமாவின் அழகியல் – தொழில்நுட்பங் களைக் கற்றுக்கொள்ளத் தயாராகிற ஒருவர் உலகெங்கும் உருவாகிக்கொண்டிருக்கும் புதிய போக்குகளுக்கு முன்னால் கண்களையும் காதுகளையும் மூடிவைத்துக்கொள்ள வேண்டு மென்பதல்ல இதுவரை சொன்னதன் பொருள். மாறாக, நாம் ஆர்வத்துடனும் ஆதரவுடனும் ரசிக்கும் புதுமைகளை தன்மயப் படுத்தியும் மாற்றியும் நம்முடைய செயல்பாட்டு முறைகளுக்குத் தோதானதாக ஆக்கவேண்டும் என்பதையே குறிப்பிடுகிறேன்.

வளர்ந்துவரும் தலைமுறையைச் சேர்ந்த இளைஞர்களின் படைப்புகளை முழுமையான அக்கறையுடன் ரே கவனித்து வந்தார். அதற்காக நேரத்தையும் ஒதுக்கியிருந்தார். மிகுந்த நன்றியுணர்வுடன் நினைவுகூர்கிறேன். 'கொடியேற்றம்' முதல்

கடைசியாகப் பார்த்த 'மதில்கள்' வரை எல்லாப் படங்களைப் பற்றியும் மாணிக்தா என்று நாங்கள் அன்புடன் அழைத்த ரே விருப்பமான ஆய்வுகளையே கொண்டிருந்தார். ஒவ்வொரு படத்தின் திரையிடலுக்குப் பிறகும் அடுத்த நாள் காலை பிஷப் லாசோ ராய் ரோட்டிலுள்ள தனது விசாலமான இல்லத்துக்கு வருமாறு அழைப்பார். அபிப்பிராயங்கள் தெரிவிக்க வும் விளக்கங்களைக் கேட்டுக்கொள்ளவும் அவர் காட்டிய ஆர்வம் எனக்கு எப்போதும் ஊக்கமளித்தது. பாராட்டு கலவாத ஒரு சொல்லும் அபிப்பிராயத்தின் வடிவில் கேட்க நேர்ந்ததில்லை என்பது நல்ல ஞாபகம்.

1990 ஜனவரியில் இந்தியன் பனோரமாவின் பகுதியாக 'மதில்க'ளின் முதல் பொதுக்காட்சி கல்கத்தாவில் நடைபெற்றது. இதய நோய் காரணமாக வீட்டில் முழுமையாக ஓய்வெடுத்துக் கொண்டிருந்தார் ரே. வழக்கம்போல தொலைபேசியில் அழைத்து திரையிடல் பற்றித் தகவல் தெரிவித்தேன்.

"படம் பார்க்க விரும்புகிறேன். ஆனால், கார்க்கி சதன் தியேட்டருக்கு நிறைய படிகள் ஏறவேண்டும்" தனக்குள்ளேயே சொல்லிக்கொள்வதுபோலச் சொன்னார் ரே. டாக்டர்கள் அவரைப் படியேறக்கூடாது என்று அறிவுறுத்தியிருப்பதை நண்பர்கள் மூலம் தெரிந்துகொண்ட நான் நிர்ப்பந்தம் செய்ய வில்லை. மௌனமாக இருந்தேன்.

ஆனால், படம் தொடங்க பத்து நிமிடம் இருந்தபோது. கார்க்கி சதனின் படிகளில் அதோ மாணிக்தா ஏறிவருகிறார். (மறுநாள் பத்திரிகைகளில் திரைப்படவிழாவில் ரே பார்க்கப் போன ஒரே படம் அடூரின் படம் என்று செய்தி வெளியானது). எனக்கு அது ஒரு பெரும் விருது.

படம் முடிந்து வெளியிலிறங்கிய அவர் பரிவுடன் என் கைகளைப் பற்றிக் குலுக்கினார். திருப்தியும் சந்தோஷமும் நிறைந்த குரலில் சொன்னார். "மார்வெலஸ் அடூர்". தொடர்ந்து டெரக் மால்கமும் வெனிஸ் படவிழா இயக்குநர் டாக்டர். குலிமோ பிராகியும் வேறு பலரும் பாராட்டுமொழிகளுடன் வந்தனர். வெனிஸ் உட்பட அரை டஜனுக்கும் மேற்பட்ட விழாக்களில் திரையிட அங்கேயே அழைப்புகள் கிடைத்தன.

இதற்கு எட்டு அல்லது ஒன்பது ஆண்டுகளுக்கு முன்பு அதே திரையரங்கில் இந்தியன் பனோரமாவின் பகுதியாக 'எலிப்பத்தாயம்' திரையிடப்பட்டபோது மிருணாள் சென் எதிர்வினை நடத்தியதும் ஏறத்தாழ இதேபோல்தான்.

படம் முடிந்து பார்வையாளர்கள் அவரவர் இருக்கைகளி லிருந்து எழுந்துகொண்டிருந்தார்கள். அப்போது என்னைத்

தேடிக்கொண்டு மிருணாள் சென் வெளியே செல்லும் கதவருகே வந்தார். படம் அவருக்குப் பிடிக்காமல் போயிருக்குமோ? இங்கே இருந்து போய்விட்டாலோ என்ற யோசனைகளுக்கும் தயக்கங்களுக்குமிடையில் நெருங்கி வந்துவிட்ட சென் என்னைக் கட்டியணைத்துக்கொண்டார். 'தொந்தரவு செய்யும் அனுபவ மாக இருந்தது. தீவிரமான வேதனைகளை நீங்கள் கடந்திருக்க வேண்டும் என்று படம் பார்த்தால் தோன்றுகிறது. அப்படித் தானா?' தேர்ந்த ஒரு மனோதத்துவ நிபுணருக்கு மட்டுமேயான நுட்பத்துடனும் தெளிவுடனும் வந்த அந்தக் கேள்விக்கு முன் னால் எதையும் மறைத்து வைக்க முடியாமல் நான் ஒப்புக் கொண்டேன்.

'ஆமாம். மிருணாள்தா, இந்த சினிமாவை எடுக்கமுடிந்த தால் மட்டுமே நான் உங்கள் முன்னால் நிற்கிறேன்'

'எனக்குப் புரிகிறது. அதுபோன்ற அனுபவங்கள் இல்லாத ஒருவரால் இந்த சினிமாவை எடுக்கமுடியாது.'

தேசிய அளவில் உரிய அங்கீகாரங்கள் அந்தப் படத்துக்கு மறுக்கப்பட்டபோது விருதுத் தேர்வின் குளறுபடிகளைப் பற்றி யும் ஜூரியின் தகுதியின்மை பற்றியும் மிருணாள் சென்னிட மிருந்து கடும் விமர்சனம் எழுந்தது. சென்னுக்கு சினிமாவுட னுள்ள இந்த ஈடுபாட்டுக்கு பின் தலைமுறையைச் சேர்ந்த எத்தனை பேர் உரிமைகூற முடியும்?

என் அனுபவத்திலிருந்து சொல்கிறேன். அசலான ஒரு படைப்பை அதன் சகலஅர்த்தத்திலும் விரிவிலும் துல்லியமாக வும் உண்மையின் அடிப்படையிலும் மதிப்பிட முடிவது, மன தாலும் செயலாலும் உன்னதமடைந்த கலைஞர்களால் மட்டுமே. விமர்சனத்தைத் தொழிலாகக் கொண்ட பலரும் தாங்கள் பார்த்த திரைப்படைப்பைப் புகழ்வதா இகழ்வதா என்று முடிவெடுக்க முடியாமல் யோசித்துக் குழம்பும்போது, நிஜமான கலைஞன் தன் முன்னுள்ள படைப்பை அதன் முழுமையிலும் நுட்பத்திலும் கண்டு நல்லது கெட்டதை நேரடியாக மதிப்பிட்டு விடுகிறான்.

ஒருமுறை ரே கேட்டார்: 'உங்கள் படங்களுக்கிடையில் எதற்காக இத்தனை நீண்ட இடைவெளி? வருடத்துக்கு குறைந்தது ஒரு படமாவது செய்யக்கூடாதா?'

'தொடக்கத்தில் என்னுடைய ஆசையும் அப்படித்தானிருந் தது. ஆனால் பல்வேறு காரணங்களால் அது ஒருபோதும் முடியவே இல்லை.'

என்னுடைய நொண்டிச் சாக்கு ரேக்குப் புரிந்திருக்கு மென்று தோன்றவில்லை. உடன்பிறந்த சோம்பல்தான் நிஜமான காரணமென்ற உண்மையை நான் அவரிடம் மறைத்தேன்.

சில வருடங்களுக்குப் பிறகு, என்னுடைய அன்பான நெருக்கடிக்கு இணங்கி ரே நடத்திய முதலாவதும் கடைசியானதுமான திருவனந்தபுரம் வருகை வரலாற்று முக்கியத்துவம் கொண்டதாயிற்று. அவர் பங்கேற்ற ஒவ்வொரு நிகழ்ச்சிக்கும் கேரளத்திலுள்ள ஊடகங்கள் சரியான செய்தி முக்கியத்துவம் அளித்தன. கிருஷ்ணமூர்த்தியின் பங்காற்றலில் சூர்யா பிலிம் சொசைட்டி அவருக்கு அளித்த வரவேற்பும் அவரது படங்களின் நினைவூட்டல் திரையீடும் (*retrospective*) என்றென்றும் நினைவில் நிற்கும் பெரும் நிகழ்ச்சிகளாயின. மூன்று நாட்கள் என்ற குறுகிய சமயத்துக்குள் கேரளத்தின் வரலாறும் கலாச்சாரமும் உறங்கும் பத்மநாபபுரம் அரண்மனை, சுசீந்திரம் ஆலயம், மியூசியம் போன்ற சில இடங்களை ஓட்டமாகக் கொண்டு போய்க் காட்டினேன். ரேயை மாநில அரசின் விருந்தினராக அறிவித்திருந்ததனால் திறக்காத கதவுகள் பலவும் திறந்தன. எல்லாவற்றுக்கும் மேலாக இந்திய சினிமாவுக்கு மதிப்பும் கௌரவமும் வழங்கிய பெருஞ் சிற்பியை கேரளம் புரிந்து கொண்டு பாராட்டவேண்டியது ஓர் அவசியமாக இருந்தது. அது சினிமாவை மகத்தான கலையாகவும் நம்பிக்கையாகவும் கொண்டிருந்த எங்களுடைய கௌரவப் பிரச்சனையாகவும் இருந்தது.

ஒய்வில்லாத நெருக்கடியான நிகழ்ச்சிகளுக்கு இடையில் நாங்கள் சிலர் – தயாரிப்பாளர் ரவி, கரமன ஜனார்த்தனன் நாயர், எம்.எஃப். தாமஸ், மீரா சாகேப், கிருஷ்ணமூர்த்தி – இரவு உணவுக்காக என் வீட்டில் கூடினோம். புகைப்படக் காரர்களுக்கோ பத்திரிகையாளர்களுக்கோ தெரிவிக்கவில்லை. பொது அக்கறை சார்ந்த பல விஷயங்களையும் பேசிப்பேசி, இடையில் பேச்சு கட்டக்கிடம் வந்து சேர்ந்தது. அவர்களுக் கிடையில் நிலவியதாகச் சொல்லப்பட்ட பொறாமையைப் பற்றி நான் குறிப்பிட்டேன்.

‘பல கட்டுக்கதைகளும் பிரச்சாரம் செய்யப்படுவதைக் கேள்விப்பட்டிருக்கிறேன். எனக்கு ரித்விக்கோடுள்ள மரியாதை பற்றி பொய் சொல்லித் திரிகிறவர்களுக்கு என்ன தெரியும்? நாளங்களில் சினிமாவைக் கொண்டிருந்தவர் கட்டக். அசாதாரண மான திறமைசாலி. ‘கட்டக் என்ற திரைக்கலைஞனிடம் ரே வைத்திருந்த மரியாதை ஒவ்வொரு வார்த்தையிலும் அலை புரண்டது. எனக்கு மிகவும் பிடித்திருந்தது. அதுவரை எங்களுக் கிடையில் பேசியிராத ஒரு விஷயமாக இருந்தவர் கட்டக்.

‘ஆனால் . . .’ சற்று யோசித்துவிட்டு ரே தொடர்ந்தார். ‘மது அந்த மனிதரை ரொம்பவே தோற்கடித்துவிட்டது. பலரும்

நினைப்பதுபோல ரித்விக்கின் மதுப்பழக்கத்துக்கும் சினிமாவின் பொருளாதாரத் தோல்விகளுக்கும் சம்பந்தமில்லை. சினிமா எடுக்காத பல குடிகாரர்கள் அவருக்கு நெருங்கிய உறவினராக இருந்தார்கள்; பிறகு அந்த வேதனையான சம்பவத்தை சொன்னார். இதை நீங்கள் யாரும் கேள்விப்பட்டிருக்க மாட்டீர்கள். ரித்விக் ஆஸ்பத்திரியில் கிடந்து இறந்துபோன நாள். தகவல் கிடைத்ததும் நான் ஆஸ்பத்திரி வார்டுக்கு சீக்கிரம் போனேன். கடைசி முறையாகப் பார்த்துவிட்டு வெளியே வராந்தாவுக்கு வந்தபோது, அங்கே கூடியிருந்த இளைஞர்கள் எனக்கு நேராக விரலை உயர்த்தி ஆர்ப்பாட்டம் செய்தார்கள். 'கட்டக்கைக் கொன்றது நீங்கள்தான்'. இந்த அளவுக்குக் கொடூரமாக இருந்தது எனக்கு எதிரான தாக்குதல்கள்'.

கல்கத்தாவில் 'முகாமுக'த்தின் திரையிடலுக்கு மறுநாள். வழக்கம்போல ரேயின் பிளாட்டில் படத்தைப் பற்றிய கருத்துப் பரிமாற்றம் நடந்துகொண்டிருந்தது. 'அடூர் இந்தப் படத்தில் செய்திருப்பது சாகசம்தான். சதா சமயமும் தூங்கிக்கொண்டிருக்கிற ஒருவரைப் பற்றிப் படமெடுக்க அசாதாரணமான துணிச்சல் வேண்டும்.' அந்தக் கூற்று விமர்சனமா அல்லது பாராட்டா என்று தீர்மானிக்க முடியாமல் தயங்கினேன். அதற்குள் ரேயின் விசாரணை:

'திரைக்கதை நீங்களே எழுதியதுதான், இல்லையா?'

'ஆமாம்'

'படத்துக்கு நீங்கள் இவ்வளவு சமயமெடுத்துக் கொள்வது ஏன் என்று இப்போது புரிகிறது.'

சோம்பலின் புற்றிலிருந்து வெளியேற ரேயின் நற்சான்று எனக்குப் பெருமளவுக்கு உதவியது. எதுவும் செய்யாமலேயே உதிர்ந்து போகும் என்னுடைய நாட்களுக்குப் புதிய அர்த்தமும் விளக்கமும் கைவந்தன. மகத்தான படைப்புக்கு ஆயத்தம் செய்கிற தியான காலம் என்று என் சகதர்மிணியை நம்ப வைக்க வீண் முயற்சி செய்திருந்தேன். சந்தேகம் தீராத மகா சனங்களிடம் உரத்துக் கூவி அறிவிக்க விரும்பினேன்.

'என்னைப் புரிந்துகொண்ட ஒரே நபர் சத்யஜித் ரே மட்டுமே.'

விமர்சகர்களுக்கிடையில் பரவலாக ஒரு எண்ணம் உண்டு. நான் ரே பள்ளியைச் (Ray school) சேர்ந்தவன். இப்படி ஒரு கருத்தைப் பிரச்சாரம் செய்ய இரண்டு காரணங்கள். ஒன்று – நான் ரேயின் படங்களை அதிகம் விரும்புகிறவன் என்பது.

இரண்டு – புதிய தலைமுறையில் தனக்கு மிகவும் மதிப்புக்குரிய இந்திய இயக்குநர் யாரென்ற கேள்விக்கு எப்போதும் என் பெயரையே ரே குறிப்பிட்டிருக்கிறார்.

ரே பள்ளியைச் சேர்ந்தவன் என்பதால் தீங்கேற்படும் என்பதனால் அல்ல; பள்ளிகளும் கரானாக்களுமாக கலைஞர்களைச் சுற்றி வரம்பு கட்டுவது நல்லதல்ல என்று நான் எண்ணுவதனால்தான். என்னுடைய படங்கள் ரேயின் படங்களை நினைவுபடுத்தியது என்றால் அவருக்கு என்னிடம் தோன்றியிருக்க வேண்டிய நியாயமான உணர்வு இளப்பமாக இருந்திருக்க வேண்டும். ஆனால், அந்தப் பெரும் கலைஞர் அந்தப் படைப்புகளில் பாராட்டுக்குரியதாகக் கண்டது வழக்கங்களிலிருந்து விலகிய தேடல்களை என்றே எனக்குத் தோன்றியிருக்கிறது. ரேயை மதிப்பவர்கள் தமது அன்பையும் நன்றிக் கடனையும் வெளிப்படுத்தச் செய்ய வேண்டியது அவருடைய படங்களின் நகலெடுப்புகளை தமது பெயரில் தயார் செய்வதல்ல. மாறாக, அந்தப் பெரும் ஊற்றிலிருந்து உந்துதல் பெற்று தமது வழிகளையும் திசைகளையும் தேடுவதுதான்.

ரே இன்ஸ்டிட்யூட்டின் பிரதான அரங்கு நினைவுச் சொற்பொழிவைக் கேட்கவும் 'நிழல்குத்'தைப் பார்ப்பதற்காகவும் வந்திருந்த பிரபலமான திரைப்படத் துறையினரால் நிரம்பியிருந்தது. மிருணாள் சென், கௌதம் கோஷ், சசி ஆனந்த், சமீக் பானர்ஜி, பிரபோத் மொய்த்ரா ஆகியோரை முன் வரிசையில் பார்த்தேன்.

பேச்சின் ஆரம்பத்திலேயே, ரேயை முன்னிருத்தி வங்காள சினிமாவின் மும்மூர்த்திகளைப் பற்றியும் அதன் தொடர்ச்சியாக என்னைப் பற்றியும் சொல்லப் போகிறேன் என்பதைத் தெளிவு படுத்தியிருந்தேன்.

சின்ன முன்னுரைக்குப் பிறகு காட்சி ஆரம்பமானது. படம் முடிந்ததும் பலத்த கைத்தட்டல். ஆனால், அதை படம் எப்படி ஏற்றுக்கொள்ளப்பட்டது என்பதற்கான அடையாளமாக எடுத்துக் கொள்ளலாமா? எனக்குச் சந்தேகமாக இருந்தது. அநேக அரங்குகளில் கூடவே கொண்டு சென்று காண்பித்த படம். எதிர்வினை மாறுபட்டதாக இருக்க வழியில்லை. இருந்தாலும் . . .

பார்வையாளர்கள் எழுந்து வெளிக்கதவை நோக்கி நகரத் தொடங்கினார்கள்.

சுவரோரமாக விலகி நின்றிருந்த என்னை ஓர் இளைஞனின் உற்சாக ஆவேசத்துடன் மற்றவர்களையெல்லாம் பின்னுக்குத்

தள்ளிவிட்டு வந்த மிருணாள்தா இதமாகத் தழுவிக்கொண்டார். *'Greatwork! very original, your best . . .'*

கஞ்சத்தனமில்லாமல் அவர் சொல்லிக்கொண்டிருந்தார். "இவ்வளவு காலமும் எனக்குப் பிடித்த அடூரின் படம் 'எலிப் பத்தாய'மாக இருந்தது. இந்தப் படம் அதற்கும் மேலே போய் விட்டது. இந்தப் படம் வேண்டியவிதத்தில் விவாதிக்கப்படாமல் போனது ஏன் என்று எனக்குப் புரியவில்லை. முன்பே இதைப் பார்க்க முடியாமல் போனது வருத்தமாக இருக்கிறது'. உற்சாகம் நிரம்பிய பேச்சு தொடர்ந்தது. இடையே கௌதம் கோஷும் மற்ற பலரும் வந்து பாராட்டினார்கள். இரவு நெடுநேரமாகி யிருந்தது.

காலையில் அழைப்பதாகச் சொல்லிவிட்டுப் போனார் மிருணாள்தா. என் மனம் நிறைந்து ததும்பியது. படமெடுத்தது வீணாகவில்லை என்று தெளிவாகப் புரிந்தது. எனக்கு உதவு வதற்காக தில்லியிலிருந்து வந்திருந்த நண்பர் முரளி ஆச்சரியப் பட்டார். 'ஒரு படத்துக்கு இதை விட என்ன வரவேற்பு கிடைக்க?'

காலையில் மிருணாள்தாவின் அழைப்பு வந்தது. 'என் னுடைய வாழ்க்கை வரலாற்றை எழுதி முடித்துவிட்டேன். கையெழுத்துப் பிரதியை நேற்றுத்தான் தில்லிக்கு அனுப்பினேன். ஒரு பக்கம் வரும் முன் குறிப்பு மட்டும் பாக்கி. அதில் இந்தப் படத்தைப் பற்றி நான் எழுதப் போகிறேன்.'

அந்த அன்புப் பெருக்கில் நான் மேலும் பணிவுள்ளவ னானேன். அந்தப் பெரும் நேசத்தின் முன்னால் எனக்கிருப் பதாக நான் கருதும் அகந்தைகள் கரைந்து இல்லாமற் போயின. 'நன்றி மிருணாள்தா . . . நன்றி'. நான் திரும்பச் சொல்லிக் கொண்டே இருந்தேன்.

மனிதர்களுக்கே உரிய பல குறைகளும் குற்றங்களும் எனக்கு உண்டு. ஒப்புக்கொள்கிறேன். ஆனால், குரு நிந்தை சுத்தமாகக் கிடையாது.

மதிலுக்கு மேல் மனிதர்கள்

'நாராயணி வேடத்தில் நடிப்பது யார்?' பஷீரின் கேள்வி மிகச் சீரியதாக இருந்தது.

நாங்கள் அன்றுதான் ஒருவரையொருவர் முதலில் சந்தித்துப் பழகியிருந்தோம். நலம் விசாரிப்புகள் முடிந்து காரியத்தில் இறங்குவதற்கிடையில் அப்படி ஒரு கேள்வி எழுந்ததில் நான் சற்றுத் திகைத்தேன். அவருடைய நோக்கம் என்னவாக இருக்கும்?

மதில்களில் வரும் நாராயணிக்கு ஒரு நாயகி வடிவம் கொடுப்பதைப் பற்றி நான் யோசித்திருக்கவில்லை. நினைத்துப் பார்த்தால் அந்தக் கதையின்பால் என்னைக் கவர்ந்ததும் ஒருபோதும் நேரில் வராத நாராயணிதான். என்னை அறியாமல் டாக்டர். எம்.எம். பஷீரின் முகத்தையும் மீராவின் முகத்தையும் ஏறிட்டுப் பார்த்தேன். பஷீர் என்னை உற்றுக் கவனித்துக்கொண்டிருந்தார். சினிமா வழக்கப்படி, பார்வையாளர் முன்னால் நாராயணியைத் தோன்றவைக்கும் சடங்குக்கு நான் நிர்ப்பந்திக்கப்படுவேன் என்று ஒருவேளை அவர் கருதியிருப்பாரோ?

'அந்த ரோலில் யாரும் நடிப்பதில்லை. கதையிலிருப்பதைப்போல குரல் மட்டுமே இருக்கும்' என்று விளக்கினேன்.

'அப்படியானால் சினிமா நன்றாக வரும்' – பஷீரின் முகத்தில் அதுவரை செயற்கையாக உண்டுபண்ணி வைத்திருந்த விறைப்பு ஒரு குறும்புச் சிரிப்பில் நனைந்தது.

'கோபாலகிருஷ்ணனுக்குத் தெரியுமோ என்னவோ, இந்தக் கதையை சினிமாவாக்க பலர் வந்திருந்தார்கள்.

சினிமா அனுபவம்

ஒன்றிரண்டுபேர் எழுதிக்கொண்டு வந்த ஸ்கிரிப்ட்டும் இங்கே இருக்கிறது. அதிலே ஒன்றில் நாராயணியாக ஆறேழு நடிகைகளை நடிக்கவைப்பதுதான் பிளான். மதிலுக்கு இந்தப் பக்கமிருந்து ஒவ்வொரு முறையும் கதாநாயகன் பேசும்போது அவனுடைய கற்பனையில் பார்ப்பதுபோல ஒவ்வொரு நாயகியைக் காட்டலாம். எப்படி இருக்கிறது வித்தை?'

படத்தின் திரைக்கதையை எழுதி முடித்த பின்பே பஷீரின் வாழ்த்துகளைப் பெறுவதற்காக அங்கே சென்றோம் என்ற விஷயத்தை நாங்கள் மனப்பூர்வமாகச் சொல்லவில்லை. ஜெனரல் பிக்சர்ஸ் உரிமையாளர் ரவி பத்தாண்டுகளுக்கு முன்பு எழுதி வாங்கி வைத்திருந்த 'மதில்கள்' திரைப்பட உரிமையை எனக்கு இலவசமாகவே வழங்கியிருந்தார்.

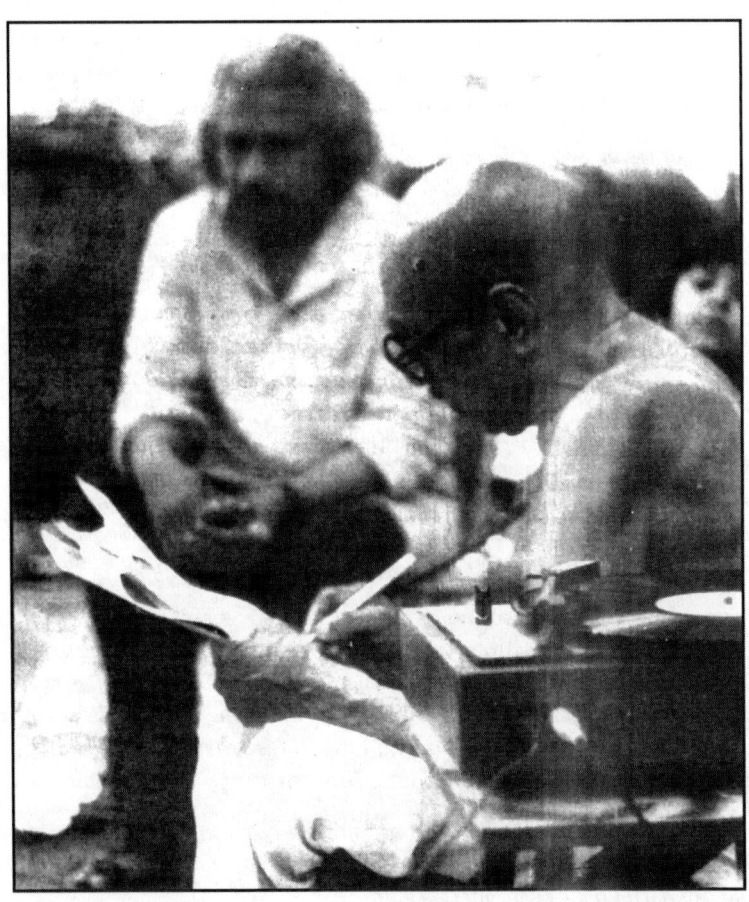

பஷீர், அடூர்

நாங்கள் உரையாடலைத் தொடங்கும்போது அதனுடன் தொடர்புடையதாக பஷீர் சொன்ன மற்றொரு தகவல் என்னை மிகவும் வீழ்த்தியது நினைவுக்கு வருகிறது. தில்லியைச் சேர்ந்த சாபா ஸெய்தி என்ற தொலைக்காட்சித் தயாரிப்பாளருடன் அரை மணி நேரம் வரும் எபிசோடாக மதில்களைத் தயாரிக்க ஒப்புதல் செய்திருப்பதாகத் தகவல். பங்களிப்புத் தொகை ஆயிரத்து ஐநூறு ரூபாய். அதில் அவருக்கும் பெரும் திருப்தி.

'ஏதாவது அக்ரிமெண்டில் கையெழுத்து போட்டிருக்கிறீர்களா? சம்மதத்துடன் எழுதிக்கொடுத்தீர்களா?' நான் ஒரே மூச்சில் கேட்டேன். என்னுடைய பதற்றத்தைக் கொஞ்சம் கூட மூடிமறைக்க முடியவில்லை.

'இல்லை. உறுதிசெய்துவிட்டதாகச் சொல்வதற்கில்லை'

'நான் இந்தக் கதையை சினிமாவாக்க விரும்புகிறேன். டெலிவிஷன்காரர்களுகெல்லாம் கொடுக்கவேண்டாம். அனுமதியும் ஆசீர்வாதமும் வாங்கத்தான் வந்திருக்கிறேன்'

நாங்கள் தயார் செய்து கொண்டுபோயிருந்த ஒப்பந்தத்தில் ஒப்பமிட்டு செக்கைக் கையில் வாங்கும்போது பஷீர் சொன்னார்: 'இந்தக் கதையின் உரிமையை நான் கொல்லத்திலிருக்கிற ரவிக்குக் கொடுத்திருக்கிறேன். இப்போது இது எதிர்பார்த்ததே அல்ல, இது ரொம்ப 'பிரின்ஸ்லி அமௌண்ட்'. கடவுள் உங்களை ஆசீர்வதிக்கட்டும்'

விடைபெற்றுக்கொண்டு எழுந்தபோது, மங்குஸ்தான் மரத்தடியில் கான்வாஸ் நாற்காலியிலிருந்து நிமிர்ந்து பத்திரிகைகளுக்கிடையில் கைநீட்டித் துளாவி கொஞ்சம் நோட்டுகளையும் நாணயத்துட்டுகளையும் எடுத்தார். பங்கிட்டு எங்களுக்கு கைநீட்டமாகக் (அன்பளிப்பு) கொடுத்தார். மனைவியரிடமும் பிள்ளைகளிடமும் கொடுக்க வேறேயும் தந்தார். பிறகு நெற்றியில் கைவைத்து ஆசீர்வதித்தார் 'நல்லதே வரட்டும்'.

ஒரு பாதிப் பகல்வரை நீண்ட அந்தச் சந்திப்பு எங்களுக்கிடையில் உண்மையான ஆத்ம பந்தத்துக்கு தொடக்கமிட்டது. எவ்வளவோ முன்பே நான் பஷீரை அறிந்திருந்தேன். நான் எப்போதோ அவரது ஆராதகனாகியிருந்தேன். எழுத்துக்கூட்டி வாசிக்கத்தொடங்கிய நாள் முதல் பஷீரின் கதாபாத்திரங்களோடு உரையாடியும் வேதனைப்பட்டும் வளர்ந்திருக்கிறேன்.

சண்டைபோட்டுக்கொள்ளும்போது சமவயதினரான சிறுவர்களிடம் கோபப்படுவதுபோல சொல்லுவேன் 'ஹுந்த்ராப்பி புஸ்ஸாட்டோ'

கேலிசெய்வதுதான் நோக்கமென்றால் 'ஹுத்தின வாலிட்ட லுத்தாப்பி ...; என்று நீட்டி முழங்குவேன். பதில் பேச முடியாமற் போகும்போது 'வுங்க வீட்ல பாளம்புளி இருக்கா?' என்று கேட்பேன்.

வாசித்துப் பிடித்துப்போன ஒவ்வொரு பஷீர்க்கதையையும் பத்து நண்பர்களையாவது சேர்த்துக்கொண்டு வாசிப்பேன். அவற்றின் வலியையும் நகைச்சுவையையும் ஒருவருக்கொருவர் சொல்லி ரசிப்போம். நண்பர்களான நாங்கள், 'புஸு' 'புசு' 'புளு' புஜு என்று 'புழு' விசேஷத்தை எத்தனை முறை சொல்லி ரசித்திருப்போம்.

முதிர்ந்தவர்கள் யாராவது தற்புகழ்ச்சியோ பரம்பரைப் பெருமையோ பேசும்போது நாங்கள் பரஸ்பரம் கண்சிமிட்டிச் சிரிப்போம். 'குழியானை இருந்தது' தகழியும் உரூபும் பொற்றேக்காடும் தேவும் காரூரும் எனக்குப் பிடித்த கதைக் காரர்கள் தாம். ஆனால், அவர்கள் அனைவரும் சீரிய குரலில் கதை சொன்னவர்கள். மற்றவர்களிடமிருந்து வேறுபட்டு ஒற்றையனாக நின்றவர் பஷீர். உள்ளத்தைப் பொசுக்கிய நோவுகள், பிரக்ஞையின் மேல் தாண்டவமாடிய உன்மாதம் (பைத்தியம்), மஜ்ஜையை நோண்டித் தின்ற பசி, நாடிகளில் பற்றியெரிந்த காமம் இவையெல்லாம் பஷீரின் சொற்களில் ஜொலித்து உருகும் அனுபவங்களாயின. எழுத்தின் வட்டத்தைத் தாண்டி எழுதியது அந்தப் பேனா. சொற்கள் வளையங்களை மீறி வளர மறுத்தபோது, பழகிப் பிய்ந்துபோன பிரயோகங்களின் வரையறையைத் தெரிந்துகொண்டபோது சொந்தமான, சுதந்திர மான மொழியைப் படைத்தவர் பஷீர்.

பேப்பூரில் வயலாலில் வீட்டை விட்டு இறங்கும்போது பின்னாலிருந்து அழைத்துக் கேட்டார் பஷீர்: 'ஸ்கிரிப்ட் எழுதி முடித்ததும் என்னிடம் காட்டுவீர்களா?'

நான் குழம்பி நின்றேன். திரும்பி மரியாதைக்காகச் சிரித்து விட்டு பவ்வியமாக வெளியே நடந்தோம். கோழிக்கோட்டுக்குப் பஸ்ஸில் பயணம் செய்யும்போது நான் எம்.எம். பஷீரிடம் வெளிப்படையாகச் சொன்னேன்: 'ஸ்கிரிப்டைக் காட்டுவது பிரச்சனை ஆகிவிடும். அவர் எதையாவது மாற்றவேண்டும் என்று விரும்பினால் சொல்லித் தப்பிக்க முடியாது. படம் முடிந்ததும் காண்பிப்பதுதானே நல்லது'

'அதுபோதும்' என்று அவரும் ஒப்புக்கொண்டார்.

படத்தின் முதல் காட்சி பஷீருக்காக என்பதில் நான் பிடிவாதமாக இருந்தேன். சென்னையிலிருந்து பிரிண்டுடன்

திரும்பியதும் கோழிக்கோட்டிலுள்ள எம்.டி.யை (எம்.டி. வாசு தேவன் நாயர்) அழைத்துப் பேசினேன். பிறகு எல்லாம் அன்றே தயாரானது. பி.வி. கங்காதரனின் நட்பு காரணமாக சங்கம் திரையரங்கில் காட்சி. பஷீரின் குடும்பத்தையும் நெருங்கிய நண்பர்களையும் ஆராதகர்களையும் தவிர கோழிக்கோடு பத்திரிகையாளர்களையும் கலை இலக்கியப் பிரமுகர்களையும் அழைத்திருந்தோம்.

வி.எம். குட்டி காலையிலேயே காரில் போய் பஷீரை திரையரங்குக்கு அருகிலிருந்த எங்கள் ஹோட்டலுக்கு அழைத்து வந்தார். மிகுந்த உற்சாகவானாகக் காணப்பட்டார் பஷீர்.

'போன தடவை பார்த்தபோது இருந்த சோர்வு இல்லை' என்று நட்பு பாராட்டினேன்.

'ஆசாமி நேற்று இரவு தூங்கவில்லை. படம் பார்க்கப் போகிற எக்சைட்மெண்டில்...' குட்டி சொன்னதை பஷீர் மறுக்கவில்லை. குறும்புச் சிரிப்புடன், களங்கமில்லாமல், வெட்கத் துடன் எதிர்வினை செய்தார். 'போடேய்'

உரையாடலுக்கு இடையில் தேநீர் வந்தது. ஒரு சிறு மௌனம். பிறகு ஆச்சரியத்துடன் பஷீர் கேட்டார் 'நாயகன் சிவப்பு ரோஜாப்பூவுடன் ஜெயில் மதிலுக்கு வெளியில் நிற்பதாகத்தானே படம் முடிகிறது?'

பணிவுடனும் மரியாதையுடனும் நான் சொன்னேன் 'இல்லை, வேறு மாதிரி முடிகிறது. உங்களுக்குப் பிடிக்குமென்று தான் நம்புகிறேன்'.

இவ்வளவையும் சொல்லிச் சமாளித்தேன். எனினும் எனக்குள்ளே புகைச்சல் ஆரம்பித்திருந்தது. அவருக்குப் படம் பிடிக்காமல் போய்விடுமோ?

அழைக்கப்பட்டவர்களும் கேட்டுத் தெரிந்து வந்தவர்களு மாக தியேட்டர் நிறைந்திருந்தது. காட்சி முடிந்து அரங்கில் விளக்கு ஒளிர்ந்தது. எல்லாரும் எழுந்தார்கள். பஷீர் மட்டும் அப்படியே உட்கார்ந்துகொண்டிருந்தார். அங்கலாய்ப்புடன் நான் பக்கத்தில் சென்றேன். எதிர்வினை என்னவாக இருக்குமோ? முகத்துக்கருகே மெல்லக் குனிந்தேன். பஷீர் உணர்ச்சிவசப்பட்டவராகத் தெரிந்தார். கண்கள் நிறைந்திருந்தன. சில நிமிடங்களின் அமைதி. பிறகு மெல்லச் சொன்னார்:

'நாட் எ டல் மொமெண்ட்'

நான் மனதுக்குள் ஆசுவாசப்பட்டேன். 'தப்பித்தேன். முதல் முறையாக இன்னொருவரின் படைப்பை – அதுவும்

'மதில்கள்' படப்பிடிப்பில்

பிரபலமானதை – சினிமாவாக்கியிருக்கிறேன். இனி மற்றவர்கள் என்னவேண்டுமானாலும் சொல்லட்டும். பரவாயில்லை.'

நடுப்பகலுக்குப் பின்பு இயக்குநருடனான நேர்காணலுக்காக பிரஸ் கிளப்பிலிருந்து அழைப்பு. 'பஷீரை அழைக்க வேண்டாமா?' என்னுடைய யோசனை ஏற்றுக்கொள்ளப்பட்டது, அவரும் வருவதாக உற்சாகத்துடன் ஒப்புக்கொண்டார்.

பிரஸ் கிளப்பின் படியேறும்போது இளம் இலக்கியவாதி ஒருவர் வந்து தன்னை அறிமுகப்படுத்திக்கொண்டார். பின்னர் அதிருப்திக் குரலில் 'சினிமா சரியாகவில்லை. கதையைப் படித்தபோது உண்டான அனுபவம் படத்தைப் பார்த்தபோது ஏற்படவே இல்லை' என்றார்.

நான் விளக்க முனைந்தேன். 'கதையை அதேபோல நகலெடுப்பதல்ல சினிமா. சினிமா வேறு ஒரு படைப்பு, வேறு ஓர் அனுபவம்'

நான் சொல்வதைக் கவனிக்க இலக்கியவாதி தயாராக இல்லை. மீராவும் என் ஆதரவுக்கு வந்தார். என்ன பயன்! 'நமது எழுத்தாளர்களுக்கு வரிவடிவத்தைத் தாண்டி எதையும் பார்க்க முடிவதில்லை. கஷ்டமே!' என்று யோசித்தேன்.

ஆனால், பஷீர் என்னுடைய பயத்தையும் தயக்கத்தையும் தவறாக்கினார். எனக்கு நேராக வீசப்பட்ட கேள்விக்கணைகளை யெல்லாம் பஷீர் பாதி வழியில் தடுத்து பூக்களாக்கினார். புண்ணியமாக அந்த இடம் முழுவதும் பரப்பினார். உம்மணா மூஞ்சிகள் வெடித்துச் சிரித்தார்கள்.

அடூர் கோபாலகிருஷ்ணன்

இடையில் ஒரு அறிவிப்பும் செய்தார். 'என்னுடைய எந்தப் படைப்பை வேண்டுமானாலும் எடுத்துக் கொள்ளலாம். கோபாலகிருஷ்ணனுக்கு ஃப்ரீ.'

இரண்டு மணி நேரத்துக்குமேல் நீண்டிருந்த அந்த நிகழ்ச்சி ஓர் அபூர்வ அனுபவமாக இருந்தது.

இடையிடையே பஷீரின் சின்னக் கடிதங்கள் வரும். சோம்பேறியான நான் உடனடியாகப் பதில் எழுதியது பஷீருக்கு மட்டுமே என்று தோன்றுகிறது. அவ்வாறிருக்கையில் மூன்று நான்கு துண்டுத்தாள்களில் எழுதப்பட்ட மிகச் சிறியதல்லாத ஒரு கடிதம். பஷீரின் எஞ்சிய படைப்புகள் எல்லாவற்றின் தொலைக்காட்சி – திரைப்பட உரிமைகளை மொத்தமாக வாங்க ஒரு ஆசாமி வந்திருக்கிறார்.

எல்லாவற்றுக்கும் ஒப்புக்கொண்டு ஒப்பந்தம் செய்யத் தொடங்கும்போது . . . நில்லு . . . நில்லு . . . 'பாத்தும்மாவின் ஆடு' 'எங்க தாத்தாக்கு ஒரானை இர்ந்தது' இரண்டின் விஷயத் திலும் நான் ஒருவரைக் கேட்க வேண்டும்.'

'அவர் வேண்டுமென்று கேட்டிருக்கிறாரா?'

'இல்லை . . . இருந்தாலும் . . .'

'கோபாலகிருஷ்ணா . . . என்ன சொல்கிறாய்?'

என்னை தர்மசங்கடத்தில் ஆழ்த்திய கடிதம் அது. என்னிடம் பஷீருக்கிருந்த அன்பும் பரிவும் நம்பிக்கையும் என் கண்களை ஈரமாக்கின.

இரண்டு சிறிய பெரும் நடிகர்கள்

எனக்குப் பிடித்தவர்களான காலஞ்சென்ற இரண்டு நடிகர்களைப் பற்றியது இது. தனது திறமைகளைப் பற்றி அசாதாரணமான தன்னம்பிக்கை கொண்டிருந்த ஒருவர். அடக்க முடியாத நடிப்பார்வம் ஜீவநாடிகளில் துடிப்பாகக் கொண்டிருந்த வாழ்க்கை இரண்டாம வருடையது.

என்னுடைய சினிமாக்களைப் பார்க்காத ஒருவருக்கு ஒருவேளை பழக்கமற்றவராக இருப்பார் பி.கே. நாயர் என்ற நடிகர். ஏராளமான திரைப்படங்களில் சின்னச் சின்ன வேடங்களில் தோன்றியிருந்தாலும் வேண்டு மளவுக்குக் கவனிக்கப்படாமற்போன ஒரு நடிகர் வெம்பாயம் தம்பி.

'சுயம்வரம்' முதல் 'மதில்கள்' வரையான என் னுடைய எல்லாப் படங்களிலும் இருவரும் முக்கியமான பாத்திரங்களில் நடித்திருக்கிறார்கள். அவர்களை விலக்கி விட்டால் அந்த சினிமாக்கள் முழுமையற்றவை என்பது நிச்சயம்.

மெரிலாண்ட் படங்களில் ஆரம்பித்த தம்பியின் நடிப்பு வாழ்க்கை 'மதில்க'ளில் முடிகிறது. 'சுயம்வர'த்தின் எழுத்துவேலைகள் நடந்துகொண்டிருந்த காலத்தில்தான் வெம்பாயம் தம்பி ஒரு வேடத்துக்காக என்னை அணு கினார். அதற்குள் படத்துக்குத் தேவையான பெரும் பாலான வேடங்களுக்கு நடிக நடிகையரைத் தீர்மானித்து முடிந்திருந்தது. கறுத்து மெலிந்த, உயரமான, நீண்ட முடியுள்ள, பழைய ஸ்டைலில் வெள்ளை ஜிப்பா அணிந்து என்னைப் பார்க்கவந்த தம்பி ஏனோ எனக்குக் கவனத்துக் குரியவராகத் தோன்றினார். கூட்டத்தில் சிலரை மட்டும் நாம் நினைவில் வைத்திருப்போமே, அப்படி பிரித்துப் பார்க்கும் பிரத்தியேகத்தன்மை உள்ள ஒருவர்.

நான்குபேர் அறிய முறைப்படி தாலிகட்டாமல் சேர்ந்து வாழப் புறப்பட்ட இளம் ஜோடிகளை ஊர் நடைமுறையின் சாக்கில், உபதேசம் செய்ய வருகிற குடிகாரர்களின் தலைவராக தம்பிக்கு வேடம் கொடுத்தேன். ஆனால், பாத்திரச்சித்தரிப்பில் அவர் காட்டிய ஆத்மார்த்தமும் அதிக ஆர்வமும் மிகை நடிப்பாக மாறுவதை காமிராவுக்குப் பின்னால் நின்றிருந்த எனக்கு சற்றுப் பதற்றத்தைக் கொடுத்தது.

'தம்பி, அவ்வளவு அதிகம் வேண்டாம். கொஞ்சம் அடக் கணும்' 'மனப்பூர்வமாக இல்லை சார், அப்படி ஆகிவிடுகிறது' தம்பியின் தடுமாற்றமான பதில்.

அப்புறம் பல ஒத்திகைகள், ஏராளமான டேக்குகள்.

கடைசியில் பல முயற்சிகளுக்குப் பிறகு 'ஓகே' ஆனபோது தம்பி பக்கத்தில் வந்து மன்னிப்புக்கோரும் குரலில் சொன்னார். 'உங்களை ரொம்பக் கஷ்டப்படுத்தி விட்டேன். இனி இப்படி நடக்காது சார்'

பின்னரும் இந்த தனிப்பட்ட காட்சி எத்தனையோ தடவை திரும்பத் திரும்ப நடந்தது.

அன்றாட வாழ்க்கையில் மிக சுவாரசியமாகப் பேசுகிற வரும் கேட்பவர்களைப் பொருத்தமாக ரசித்து உட்காரவைப் பவருமான தம்பி, காமிராவுக்கு முன்னால் வந்து நிற்கும்போது தன்னம்பிக்கையும் நிம்மதியும் இழந்துவிடுவார். சதை இறுகும். கவனமும் மனஒருமையும் சிதறிப்போகும். மனமும் உடலும்

பி.கே. நாயர் ('மதில்கள்')

உணர்ச்சியைக் காட்டப் பக்குவமில்லாத நிலைமைக்கு வந்து விடும்.

'எதற்காக தம்பி இந்த பதற்றம்?' என்று கேட்டால் மன்னிப்புக்கோரும் குரலில் பதில், 'நன்றாக வரவேண்டுமென்று அதிகம் ஆசைப்படுவதனால் சார்;.

'அந்த மாதிரியான ஆவலாதியை என்னிடம் விட்டுவிடுங் கள். நான் நன்றாகவே எடுப்பேன்' என்பது போன்ற என்னுடைய ஆறுதலும் நம்பிக்கையளிப்பும் எல்லாம் சும்மா. அடுத்த முறையும் – காலமும் கதாபாத்திரமும் கதையும் மாறிவரும் போதும் – முதல்காட்சியை எடுத்தபோது இருந்த அதே நிலைமை.

ஏறக்குறைய ஒரு நியதியான நடவடிக்கைபோல கச்சா பிலிமும் பொறுமையும் நேரமும் கணிசமாகச் செலவிட்டுத்தான் அசாதாரணமான திறமைக்கும் உருவத்துக்கும் குரலுக்கும் உரிமையாளரான தம்பியிடமிருந்து நடிப்பின் படைப்பு உச்சத்தைக் கொண்டுவர வேண்டியிருந்தது.

'கொடியேற்ற'த்தில் யானைக்காரனையோ 'அனந்தர'த்தில் அடுக்களைக்காரனையோ 'மதில்களில்' துரப்பன் என்ற கதா பாத்திரத்தையோ பற்றிய ஞாபகங்களை அசைபோடும் பார்வை யாளர்களின் உதடுகளில் அவர்களுக்கே தெரியாமல் ஒரு சின்னச்சிரிப்பு வந்துபோகும். நிச்சயம் அதை வெம்பாயம் தம்பியின் நடிப்பாற்றலுக்கான அங்கீகாரமாக நம்மால் வாசிக்க முடியும்.

சினிமா தயாரிப்பின் நீண்ட இடைவேளைகளில் வெம்பாயம் தம்பி என்னைப் பார்க்க வருவார். வெறுமனே பேசிக்கொண்டிருக்க. வெம்பாயத்திலிருந்து பெரிய மேடுகளும் செங்குத்தான இறக்கங்களுமுள்ள நீண்ட தூரத்தை சைக்கிள் ஓட்டிக் கடந்து அதிகாலையிலேயே என் வீட்டுக்கு வந்து சேர்வார். பாதித் தூக்கத்திலிருந்து எழுந்து வரும் என்னுடைய முதல் தேநீர் தம்பியுடன் சேர்ந்து குடிப்பதே பல நாட்களிலும் வழக்கமாக இருந்தது.

ஒருமுறை வந்த உடனே தம்பி கேட்டார். 'இதுவரை காண்பிக்காத ஒரு வித்தையைக் காட்டட்டுமா?'

ஆவலுடன் நான் பார்த்துக்கொண்டிருக்கும்போதே சீவி பின்னால் தள்ளிவிட்டிருந்த நீண்ட முடியிலிருந்து ஒரு கொத்தை தலைக்கு மேலாக இழுத்து குச்சிபோல நிற்கவைத்துவிட்டு கையை எடுத்தார்.

ஆச்சரியம். முடியின் ஸ்தூபி அதோ மேலே உயர்ந்து கீழ்ப்படிதலுடன் நிமிர்ந்து நிற்கிறது.

அடூர் கோபாலகிருஷ்ணன்

அதிசயத்தை வெளிப்படுத்திய என் முகத்தைக் கவனித்து விட்டு தொடர்ந்தார் தம்பி; 'இன்னும் இருக்கு வித்தை'

இன்னொரு கொத்து முடியை பக்கவாட்டிலும் வேறொரு கொத்தை நேரே முன்னாலும் கம்பிபோல இழுத்து நிறுத்தினார். கையை விட்ட பின்பும் முடியிழைகள் அப்படியே நின்றன.

'நான் என்ன சொல்கிறேனோ என் முடி அதை அப்படியே கேட்கும்' ஒரு மந்திர வித்தைக்காரனின் குரலில் தம்பி உரிமை கொண்டாடினார். முறுக்கியும் வளைத்தும் நிறுத்தியிருந்த தம்பியின் நீண்ட மீசைக்கும் அதே பணிவு.

'மதில்கள்' திரைக்கதையின் முதல் நகலை எழுதி முடிக்கும் போதுதான் கவனித்தேன். அதுவரையிலான எல்லாப் படங்களிலும் வேடம்போட்ட பி.கே. நாயருக்கோ வெம்பாயம் தம்பிக்கோ பொருத்தமான வேடங்கள் எதுவும் அதில் இல்லை. பெரும்பாலும் இளைஞர்களும் நடுத்தர வயதினருமான கைதிகளும் சிறை அதிகாரிகளும் அடங்கிய ஒரு உலகத்தையே பஷீர் தன்னுடைய நெடுங்கதையில் சித்தரித்திருந்தார். அவருடைய கதைகள் ஒன்றில் 'துரப்பன்' என்ற கதாபாத்திரமொன்று வரும். பெயர் மட்டும்தான். அவனைப் பற்றி வேறு எதையும் சொல்வதில்லை. அந்தப் பெயரைக் கடன் பெற்று அவனுடைய நிரந்தரத் தொழில் திருட்டு, சரியான இருப்பிடம் ஜெயில் என்றும் ஆக்கினேன். அப்படி ஒரு பாத்திரத்தை உருவாக்கி தம்பிக்கு ஒரு வேடத்தையும் உறுதி செய்தேன்.

'எந்த ஜெயிலுக்குப் போனாலும் சாரும் அங்கே இருக்கிறீங்க'; என்று பஷீரை மத்திய சிறையில் பார்த்துவிட்ட உற்சாகத்தில் அவன் வாழ்த்துச் சொல்கிறான். ஒருவன் மனமாற்றமில்லாத திருடனென்றால் இன்னொருவர் அயராத சுதந்திரக் கருத்துக்களின் பேரில் மீண்டும் மீண்டும் தண்டிக்கப்படுகிற கொடிய ராஜத் துரோகி.

'இன்னும் இதுபோல ஏதாவது ஜெயிலில் பார்க்கலாம் சார்' – என்று விடைபெற்றுக்கொண்டு வார்டர் அழைத்துப் போகும் வழியில் போகிற ஒரே ஒரு காட்சி மட்டும்தான் துரப்பனாக நடித்த தம்பிக்கு இந்தப் படத்தில். இந்த வேடத்துக்காக மனசில்லா மனசோடு தம்பி சில தியாகங்களைச் செய்ய நேர்ந்தது. செல்லமாகக் கோதி ஒதுக்கியிருந்த நீண்ட முடியை வெட்டவேண்டி வந்தது. அவருடைய தனித்துவத்தின் அடையாளமாக இருந்த வளமான மீசையையும் ஒட்டவெட்டித் தள்ளினோம். (ஜெயிலுக்குள்ளே வரும் கைதிகள் முடியும் மீசையும் வளர்க்க அனுமதியில்லை).

அன்று சற்று மனச்சங்கடத்துடன் தம்பி சொன்னார். 'நீங்க சொன்னதால்தான் முடியையும் மீசையையும் வெட்டு கிறேன் சார்'.

தம்பியின் வருத்தம் தெரிந்த நான் அவரைச் சமாதானப் படுத்தினேன்: –'எனக்குப் புரிகிறது தம்பி. நம்ம வேஷம் சரியாக வேண்டாமா?'

'அதுக்காக நான் என்னவேண்டுமானாலும் செய்வேன்'

அந்த வார்த்தைகளின் பின்னாலிருந்த உணர்வைத் தெரிந்து கொண்ட என்னுடைய கண்கள் நனைந்தன. 'அதுதான் சரியான ஸ்பிரிட்.' – என்று உற்சாகப்படுத்தினேன்.

படப்பிடிப்பு தினத்தன்று முடிவெட்டி, மீசையை வழித்து என் முன்னால் வந்து நின்ற தம்பியைப் பார்த்து முதலில் அடையாளமே தெரியவில்லை. உருவமாற்றத்தின் கூச்சத்துடன் அந்த அப்பாவி மனிதர் புன்னகை செய்தபோதுதான் 'அட, தம்பி' என்று நான் இனம் கண்டுகொண்டேன். பின்னர் நடந்தவை அற்புதங்கள். அன்றுவரை விலகாத பீடைபோல பிடித்திருந்த இறுக்கம் நளனை விட்டு விலகிய கலியைப்போல எங்கோ மறைந்தது. பயங்கள், மறதி, முடக்கம், இறுக்கம் எல்லாம் மறைந்தன. முதன்முதலாக பக்குவமும் நிலையும் வந்த ஒரு நடிகனாக வெம்பாயம் தம்பி மறு அவதாரமெடுத் திருந்தார். அந்தக் காட்சியின் படப்பிடிப்பு முடிந்ததும் எனக்கு மனச்சங்கடம், தம்பிக்குக் கொடுத்த வேடம் ரொம்பச் சின்ன தாகப் போனதோ? இந்தச் சின்ன வேடத்துக்காக அந்த நல்ல மனிதன் மேற்கொண்ட தயாரெடுப்புகளும் தியாகங்களும் எத்தனை பெரியவை!

'அடுத்த படத்தில் தம்பிக்கு ஒரு பெரிய வேடம் கொடுக்க வேண்டும்' மனதுக்குள் சொல்லிக்கொண்டேன்.

ஆனால் அது நடக்கவில்லை. மீண்டும் ஒரு தொடக்கத்துக்கு நான் தயாராகும் முன்பு வேடங்களை வெளியில் காட்டாத காலத்தின் திரைக்குப் பின்னால் கதைமுடிந்தவரானார் தம்பி.

தன்னுடைய நடிப்புலக வாழ்க்கையை என்னுடைய படங்களில் மட்டுமாகச் சுருக்கிக் கொண்ட அசாதாரண திறமையாளர் பி.கே. நாயர். சிறையின்கீழ் ஊர்க்காரர்களின் 'கிராபர்சேட்டன்'.

டவுனிலிருந்த ஸ்ரீகுமார் ஸ்டுடியோவின் உரிமையாளர், போட்டோகிராபர், நாடக நடிகர், இயக்குநர் எல்லாமாக இருந்தார் அவர்.

வெம்பாயம் தம்பி ('அனந்தரம்')

பி.கே. நாயரை நான் முதன்முதலாகக் கவனித்தது ஜி. சங்கரப் பிள்ளை சாரின் ஒரு நாடக அரங்கேற்றத்தில். அதில் அலுவலகப் பணியாள் வேடம் அவருக்கு. அன்று மேடையில் ஆரம்பம் முதல் முடிவுவரை வந்த நடிகர்களைவிட என்னைக் கவர்ந்தது பி.கே. நாயரின் நடிப்பும் மேடைத்தோற்றமும்தான்.

விரைவிலேயே அந்த நடிகரைப் பற்றி யோசிக்க வேண்டி வந்தது. குடும்பநலத்துறைக்காக தயாரிக்க ஒப்புக்கொண்டிருந்த 'பிரதிசந்தி' (சிக்கல்) என்ற பிரச்சாரப் படத்தில் சின்னதாக இருந்தாலும் முக்கியத்துவமுள்ள நாட்டுவைத்தியரின் வேடத்துக்குப் பொருத்தமான ஒருவரைக் கண்டுபிடிக்கவேண்டி யிருந்தது. உருவம், குரல், தோற்றம் எல்லாவற்றாலும் அந்த வேடம் பி.கே. நாயருக்குப் பொருந்துமென்று தோன்றியது. நேரில் சென்று பார்த்து அழைப்புவிடுத்தேன். 'நாடகத்தில் நடித்த பழக்கம்தான். நான் சினிமாவுக்கு சரியாவேனா?' என்பதாக இருந்தது கொஞ்சம் கூட ஆவேசமில்லாத கனத்த குரலின் எதிர்வினை. சினிமாவில் ஒரு வேடத்தைச் சரிக்கட்ட குட்டி நடிகர்கள் வீடுவீடாக ஏறியிறங்குகிற விவரமெதுவும் இந்த மனிதருக்குச் சுத்தமாகத் தெரியாதோ என்று எண்ணி னேன். எனினும் உள்ளதை வெளிப்படையாகச் சொல்லி இந்த மனிதரை பரிசோதித்துப் பார்த்து விடுவோம்.

அப்படியாக 1970இல் 'பிரதிசந்தி'யில் தொடங்கிய எங்களது கூட்டு நடவடிக்கைகள் கால் நூற்றாண்டுக் காலம் நீண்டிருந்தது. மொத்தம் ஏழு சினிமாக்கள். ஒவ்வொன்றிலும் வித்தியாசமான

வேடங்கள். காமிராவுக்கு முன்னால் கொஞ்சம்கூடத் தயக்க மில்லை. வீரமும் ரௌத்திரமும் சாந்தமும் கருணையும் ஹாஸ்ய மும் ஏன் சிருங்காரம் வேண்டுமெனில் அதுவும் நொடிநேரத்தில் அந்த முகத்தில் மிளிரும். ஒத்திகைகளை அக்கறையுடன் செய்வார். உரையாடல் பகுதிகளை முறையாகப் படிப்பார். இத்தனை திறமையும் அர்ப்பணிப்புணர்வும் இணைந்த நடிகரைக் காண்பது சிரமம். நடிப்பில் ஒழுங்கையும் புனிதத்தையும் ஒரு வரம்போல சொந்தமாக்கியிருந்தார் இந்த நடிகர்.

ஒருமுறை, தயாரிப்பிலிருந்த தனது சொந்தப்படத்தில் சுமாரான வேடத்தில் நடிக்க அவரை அணுகிய ஓர் இளம் இயக்குநரிடம் பி.கே. நாயர் கேட்டார்: 'நீங்கள் எடுக்கப்போவது நல்ல படம்தான் என்பதற்கு என்ன ஆதாரம்? நன்றாக வரு மென்று நிச்சயம் இல்லாத சினிமாவில் நான் எதற்காக நடிக்க வேண்டும்? இல்லையென்றால் ஒரு வேலை செய்யுங்கள் – நான் உங்கள் படத்தில் நடித்தே தீரவேண்டுமென்றால் அடூர் கோபாலகிருஷ்ணனிடமிருந்து கடிதம் வாங்கி வாருங்கள்'.

தன்னுடைய சுயத்துவத்தை சந்தேகப்படுகிற இந்த மனிதனை இவ்வளவு கஷ்டப்பட்டு எதற்காக நடிக்க வைப்பது? இளம் இயக்குநர், கதை என்னவென்று கூட கேட்காமல் வேடம் போடத் தயாராகவுள்ள வியாபார மதிப்புடைய தொழில்முறை நடிகரைத் தேடிப்போனார்.

'பிரதிசந்தி'யில் நடிக்கும்போது பி.கே.க்கு வயது அறுபதை யொட்டியதாக இருக்கவேண்டும். காலம் முடியில் முல்லைப் பூக்களைப் பரப்பத் தொடங்கியிருந்தது என்றாலும் உள்ளமும் உடலும் வயதாக மறுத்திருந்தது. அன்றுமுதல் இறுதிவரை, முதுமையையும் இயலாமையையும் ஏற்க மறுக்கும் ஒரு நடிகரின் பயணம் சராசரி மூன்றாண்டுகள் இடைவெளிவிட்டு பதிவு செய்யப்பட்டவையே 'மதில்கள்' வரையான படங்கள்.

'முகாமுகத்'தில் ஸ்ரீதரனின் மறுவருகைக்கு அடுத்த நாள் காலை, கிணற்றடியில் உட்கார்ந்து உமிக்கரியால் பல்துலக்குகிற பி.கே.யைப் பார்த்துப் பலரும் ஆச்சரியப்பட்டார்கள். 'வயசு எழுபத்தி ஐந்து ஆனாலும் என்ன? எல்லாப் பற்களும் சுரணை யோடு வரிசையாக நிற்கின்றன!'

'அனந்தர'த்தை அடைவதற்குள் பல்வரிசையில் எண்ணிக்கை குறைந்தது. காலியான இடங்கள் அப்படியே இருந்தன. ஆடியும் தேய்ந்தும் மிஞ்சியிருந்த பற்கள் அவற்றின் உடனடி மறைவைப் பற்றியே நமக்கு ஞாபகமூட்டிக்கொண் டிருந்தன.

‘மதில்களி’ன் திரைக்கதையை எழுதத் தொடங்கும் முன்பே பி.கே. நாயர் நலிந்த நிலையிலிருக்கிறார் என்று தெரிந்துகொண்டிருந்தேன். பார்வை பழுதுபட்டிருந்தது. கேட்கும் சக்தியும் மிகக் குறைந்து போயிருந்தது.

‘படம் ஆரம்பிப்பதாகத் திட்டம். சின்ன வேடத்திலாவது பி.கே. நாயர் இடம்பெறவேண்டும் என்பது என்னுடைய விருப்பம். வருகிறீர்களா?’ என்று பி.கே. நாயருக்கு எழுதினேன்.

சொல்லி எழுதிய பதில் உடனேயே வந்தது. ‘முடியாத நிலைமை. வயசும் ரொம்ப ஆயிற்றே. எதுவானாலும் இங்கே நேரில் வந்து பார்த்த பிறகு என்ன செய்யலாமென்று நீங்களே முடிவு செய்யுங்கள்’

சிறையின் கீழிலுள்ள வீட்டுக்குப் போய்ப் பார்த்தேன். உற்சாகத்துக்கு ஒரு குறையுமில்லை. உடம்பு மட்டும் மனதை நெருங்க மறுக்கிறது. விடைபெற்றுக்கொண்டு இறங்கும்போது பி.கே. கேட்டார்: ‘என்ன? என்னால் ஏதாவது செய்யமுடியுமா? செய்யவைக்கவாவது முடியுமா?’

நான் சிரித்தேன். ‘முடியுமல்ல. ரொம்பவே முடியும்.’ பி.கே. திருப்தியடைந்தவராக உரக்கச் சிரித்தார்.

‘பார்த்தீர்களே, இதுதான் என்னுடைய கண்டிஷன். எப்படி வேண்டுமோ அப்படிப் பயன்படுத்திக் கொள்ளுங்கள்’

நடிப்போடுள்ள ஆர்வமும் என்னோடுள்ள விருப்பமும் அந்த சமர்ப்பணத்தில் இருந்தன.

அப்படியாக மதில்களில் ஆயுள் தண்டனைக் கைதியான வயோதிக ‘அம்மாவன்’ (மாமன்) பாத்திரம் உருவானது.

திருவனந்தபுரம் மத்திய சிறையில் மிகவும் உள்ளேயிருந்த ஆஸ்பத்திரி வார்டின் வராந்தாவில் பி.கே. நாயர் நடிக்கவேண்டிய காட்சிகளைப் படம்பிடிக்க வேண்டியிருந்தது. நடக்கமுடியாத நிலையிலிருந்த அவரை ஜெயில் வாசலில் நிறுத்திய காரிலிருந்து இறக்கி கைப்பிடியுள்ள நாற்காலியில் உட்காரவைத்து இரண்டு பேர் சுமந்துதான் படப்பிடிப்பு நடக்கும் இடத்துக்குக் கொண்டு வந்தோம். படப்பிடிப்புக்கு எல்லாம் தயாரானதும் நாற்காலியிலிருந்து அவரை எழுப்பி நிறுத்துவோம்.

அம்மாவன் என்று ஜெயிலுக்குள் அழைக்கப்படும் வயோதிக ஆயுள்தண்டனைக் கைதி பஷீரை அறிமுகம் செய்துகொள்ளுவதும் தன்னைப் பரிச்சயப்படுத்துவதும்தான் சந்தர்ப்பம். அந்தக் காட்சியின் இறுதியில் தனிமொழியாக அம்மாவன்

சொல்லுவார்: 'இங்கே வந்து ரொம்பக் காலமாச்சு. எத்தனையோ பேர் வந்தாங்க, எத்தனையோ பேர் போனாங்க. இனி அம்மாவனோட கடைசிக் காலமும் இதற்குள்ளேயேதான்...'

உரையாடலை ஒத்திகை பார்த்துக்கொண்டிருக்கையில் பி.கே. என்னை ஏறிட்டுப் பார்த்து சொன்னார்: 'இந்த வாசகம் கொஞ்சம்...'

எனக்குப் புரிந்தது.

'பிரச்சனைதான் இல்லையா? பிராயசமென்றால் மாற்றி விடலாம்' 'ஹூம். வேண்டாம். இருக்கட்டும். சூழ்நிலைக்கு அப்படித்தான் வேணும்'

அந்த மனிதருக்குள்ளிருந்த பெரும் நடிகரை அப்போது நான் நேராகப் பார்த்தேன்.

கரமனை – நடிகரும் நண்பரும்

சில மாதங்களுக்கு முன்புதான் ஜனார்த்தனன் நாயரை வீட்டுக்குப் போய்ப் பார்த்திருந்தேன். நாங்கள் போவதற்கு சற்று முன்புதான் சில நாட்களாக மருத்துவ மனையிலிருந்த அவரும் குடும்பமும் சோர்ந்த நிலையில் வீடு திரும்பியிருந்தார்கள். பூட்டிவிட்டுப் போயிருந்த வீட்டை முழுவதுமாகத் திறக்கக் கூட இல்லை. வீடு திரும்பிய ஆறுதலில் ஆசுவாசமாக உட்காருவதற்குள் நாங்கள் (நானும் வீட்டுக்காரியும்) அங்கே போயிருந்தோம். வீட்டுக்காரர்களுக்கு அசௌகரியமாகிவிட்டதோ என்று சந்தேகப்பட்டுக்கொண்டிருக்கையில் படுக்கையில் கைகளை ஊன்றி நிமிர்ந்து உட்கார்ந்தார் ஜனார்த்தனன் நாயர். ஒருபோதும் ஒதுக்கித்தள்ள முடியாத நட்பார்வத்துடன் ஒவ்வொன்றாகப் பேசத் தொடங்கினார். குரலில் தளர்ச்சி. உடலில் சோர்வு. உற்சாகத்துக்கு மட்டும் ஒரு குறையுமில்லை. ஒருபோதும் மலர்ச்சியில்லாமல் பார்த் திராத அவர் மனைவி ஜெயா அலுத்துக்கொண்டார். 'வீட்டைப் பூட்டிவிட்டுப் போய் நிறைய நாட்களாகி விட்டன. நாங்கள் வந்து ஏறும்போது இங்கே எலிகள் ஓடுகின்றன'

ஜனார்த்தனன் நாயர் களைப்பாகச் சிரித்துவிட்டு, 'எலிப்பத்தாயத்து எலிகளாக்கும் – என்னைத்தேடி வந்திருக்கும்' என்றார். நாங்களும் சிரித்தோம்.

'அப்படியே இருக்கும்போது அதுகள் இங்கே சுற்றித் திரிவதைப் பார்க்கலாம். அதுகளுக்கும் உரிமையும் சொந்தமும் இருக்கிறதே' என்று குறும்பாகச் சொன்னார் ஜனார்த்தனன் நாயர்.

நான் மனதுக்குள் சமாதானமடைந்தேன். நோயை சமாளித்து வென்று நகைச்சுவை உணர்வு இழக்காமல் வாழ்க்கையைப் பார்க்க இப்போதும் இந்த மனிதரால் முடிகிறதே.

ஏனோ என் கண்கள் ஈரமாயின. யாரும் அதைப் பார்த்து விடாமலிருக்க கொஞ்சம் சிரமப்பட வேண்டியிருந்தது.

ஐந்தாறு ஆண்டுகளுக்கு முன்பு ஒரு அவசரமான விஷயம் பேசவேண்டும் என்று போனில் சொல்லிவிட்டு வீட்டுக்கு வந்தார். அவர் வந்தது உடனடியாகத் தனக்குச் செய்யப்பட வேண்டிய இதய அறுவைச் சிகிச்சை சம்பந்தமாக டாக்டர். வலியத்தானுடன் தொடர்புகொள்வதற்காகவே. அதிருஷ்ட வசமாக டாக்டர். வலியத்தான் 'எலிப்பத்தாயத்'தைப் பார்த் திருந்தார். அதிகம் விவரிக்க வேண்டியிருக்கவில்லை. தாமத மின்றி எல்லாம் ஆயத்தம் செய்யப்பட்டது. டாக்டர். வலியத்தா னின் பரந்த மனம் என்றே சொல்லவேண்டும். ஜனார்த்தனன் நாயருக்கு கட்டுப்பாட்டுடன் இயங்கும் ஒரு பரபரப்பான சினிமா வாழ்க்கையும் திரும்பக் கிடைத்தது. கட்டுப்பாடுகளுக்கு இந்த மனிதர் என்றாவது பணிந்திருப்பாரா என்று விசாரணை நடத்தினால் அது வெற்றியடையும் என்று தோன்றவில்லை. காரணம் கட்டுப்பாடான வாழ்க்கை இந்தக் கலைஞனுக்கு அந்நியமானதாக இருந்தது; சிறையாக இருந்தது. அரங்கும் நடிப்பும் சொற்பொழிவு மேடைகளும் நண்பர்களும் ரசிகர்களும் அந்த மனிதருக்குப் போதையாக இருந்தன. பிரியமானவர்களின் அறிவும் அனுமதியுமில்லாமல் நோய் விதிக்கும் தடைகளை

'எலிப்பத்தாய'த்தில் உண்ணி

மீறுவதில் குழந்தைத்தனமான ஆர்வத்தை அவர் கொண்டிருக்க வேண்டும். மனம் சொல்லுகிற இடத்துக்குப் போக முடியவில்லை யென்றால் அது என்ன வாழ்க்கை என்று அவர் நினைத்திருக்க வேண்டும்.

கரமனை எனக்கு முதலில் பரிச்சயமானது என்று? இப்போது சரியாக நினைவுகூர முடியவில்லை. நான் திருவனந்த புரத்துக்கு வந்துசேர்ந்த ஆரம்ப நாட்களொன்றில் இங்கேயிருந்த அமெச்சூர் நாடகமுயற்சிதான் எங்களை இணைத்தது என்று நினைவு. நிற்கும்போதும் நடக்கும்போதும் உண்ணும்போதும் உறங்கும்போதும் ‘நாடகமே வாழ்க்கை’ என்று நான் நடமாடிய காலம். காந்தி கிராமத்திலிருந்து படித்து முடித்து வெளியே வந்த அதே 1959இல்தான் டைட்டானியம் ஃபாக்டரி ஊழியர்கள் சிலர் ஸ்டாச்யு ரோட்டிலிருந்த லாட்ஜில் ஒரு நாடகத்துக்கு ஒத்திகை பார்த்துக்கொண்டிருந்தார்கள். அங்கே பார்த்துப் பழகிய நாடகக்காரரான தங்கச்சன்தான் அந்த முயற்சியின் சூத்திரதாரி. தொழில்முறை நாடக மேடைகளில் பரவலாக அறிமுகமாகியிருந்த ஏ.கே. புதுசேரியின் நாடகம் அது. கொஞ்சம் கிளாமரும் கர்வமும் உள்ள இயக்குநரை அச்சன்குஞ்ஞு எனக்கு அறிமுகம் செய்து வைத்தார். கரமனை ஜனார்த்தனன் நாயர். நான்கு பதிற்றாண்டுகளுக்கும் அதிகமாக நிறைவு கண்ட நட்பின் தொடக்கமாக இருந்தது அந்தச் சந்திப்பு. பரஸ்பர மரியாதை தோன்றியிருக்க வேண்டும். பின்னர் பலமுறை பார்த்தோம். பேச நிறைய இருந்தது. கதை சொல்லவும் கவிதைபாடவும் கதாபிரசங்கம் செய்யவும் ஆசாமிக்கு நல்ல திறமை இருந்தது. மணிக்கணக்காக நீளும் உரையாடல் சந்திப்புகள் வழக்கமாயின. நாங்கள் நல்ல நண்பர்களும் சக பணியாளர்களுமாக மாறினோம். என்னுடைய நாடகத்தில் நிரந்தரமான நாயக நடிகரானார் ஜனார்த்தனன் நாயர்.

பின்னர் பலரும் பலவழிகளில் பிரிந்தனர். ஏறத்தாழ ஒன்றரை வருட திருவனந்தபுரம் வாசத்தையும் நேஷனல் சாம்பிள் சர்வேயிலிருந்த வேலையையும் விட்டு புனேக்கு வண்டியேறிய நான் மூன்றாண்டுகள் கழித்து மீண்டும் திருவனந்த புரத்துக்கு வந்து சேர்ந்தேன். இதற்குள் ஒரு புதிய காதலி என்னை ஆவேசங்கொள்ளச் செய்திருந்தாள் – ‘சினிமா’.

1965இல் மீண்டும் நண்பர்களையும் பழக்கப்பட்டவர்களை யும் திரட்டி பிலிம்சொசைட்டியும் கூட்டுறவு அமைப்பையும் உருவாக்கும்போது கரமனையும் உடனிருந்தார். கரமனையுடன் கே.ஜி. சேதுநாத்தும். இதற்கிடையே பிராவிடெண்ட்பண்ட் அலுவலக வேலையில் சிறிது காலம் விடுமுறை எடுத்து தில்லி தேசிய நாடகப்பள்ளியில் நாடகப் பயிற்சிக்காகப் போனார்.

ஏதோ தனிப்பட்ட காரணங்களால் பாதியிலேயே விட்டுவிட்டு திரும்பி வந்து வேலையில் சேர்ந்தார். படிப்பை முடிக்கவில்லை யென்றாலும் நாடக ஆக்கம் பற்றி புதிய கண்ணோட்டத்தையும் அணுகுமுறையையும் அல்காஸியிடமிருந்தும் பிறரிடமிருந்தும் பெற்றிருந்தார்.

சுவாதி திருநாளைப் பற்றிய டாக்குமெண்டரித் தயாரிப்பில் காலஞ்சென்ற குறும்படத் தயாரிப்பாளர் கே.டி. ஜானுக்கு உதவியிருந்தேன். அதற்கான சன்மானமாகக் கிடைத்த ஐநூறு அடி கச்சா பிலிமையும் அவரிடமிருந்தே கடன் வாங்கிய காமிராவையும் வைத்து நான் முதன்முதலில் எடுத்த 'மித்'தின் நாயக வேடம் ஜனார்த்தனன் நாயருக்குக் கொடுக்கப்பட்டது முற்றிலும் இயல்பானது. படம் ஐம்பது விநாடி நீளம் மட்டுமே இருந்தது. எனினும் நாயகன் நாயகன்தானே.

குடும்பநலத்துறையின் பிரச்சாரத்துக்காகத் தயாரித்த 'பிரதிசந்தி' என்ற டாக்குமெண்டரியிலும் நாயக வேடங்களில் ஒன்று கரமனைக்கே போய்ச் சேர்ந்தது.

திக்குரிசியின் எடுபிடியாக 'சுயம்வரத்'தில் வரும் டியூட்டோரியல் கல்லூரி அக்கௌண்டண்டையும் படம் பார்த்தவர்கள் மறந்திருக்க முடியாது.

முதலில் அலுவலகத்தில் விடுமுறையெடுத்தும் பின்னர் விருப்ப ஓய்வு பெற்றும் ஜனரஞ்சகமானதும் அல்லாததுமான அநேக படங்களில் அவர் நடித்தார். ஆனால், ஒரு நடிகனுக்கு வாழ்வில் ஒருமுறை மட்டுமே கிடைக்கும் பாத்திரமாக இருந்தது 'எலிப்பத்தாய'த்தில் வரும் உண்ணி. கஷ்டப்பட்டு நடித்ததாக இருந்தது அது. அவார்டு கிடைக்கக் கூடிய பாத்திரங்களைப் பற்றி சில நடிகர்கள் சொல்லக் கேட்கிறோமே அப்படியல்ல. நிஜமாகவே பட்டினி கிடந்து நடித்தார். படத்தின் முடிவு நெருங்கும்போது பதற்றம் தின்று நலிந்து போகிற கதாபாத்திரம் 'எலிப்பத்தாயத்'தின் உண்ணியுடையது. கதைப்போக்குக்கு ஏற்ற மாதிரி மெலிந்து தயாராகத் தகுந்த உணவுமுறையைக் கரமனைக்குக் கட்டாயமாக்கி இருந்தேன். அவரும் அசாதாரணமான கட்டுப்பாட்டுடன் கடைப்பிடித்தார். சில மாதங்கள் நீண்டிருந்த அந்த உணவுக்கட்டுப்பாட்டின் தொடக்கத்திலேயே அவர் அசைவ உணவை ஒதுக்கிவிட்டிருந்தார். பின்னர் மெல்ல மெல்ல சைவ உணவையும் குறைத்தார். ஷூட்டிங் தொடங்குவதற்கு ஒருவாரம் முன்பிருந்து கஞ்சி மட்டுமே கரமனையின் உணவாயிற்று.

உடல் மெலிந்து முன்னால் வளைந்தது, கண்கள் குழி விழுந்தது, கன்னம் ஒடுங்கியது. சினிமாவின் கடைசிப்பகுதி

களையே முதலில் படம்பிடித்தோம். அந்தக் காட்சிகளுக்கு தன்மயத்துவம் வரும்போது கரமனை முழுவதுமாக சோர்ந்து போயிருந்தார். ஷூட்டிங்கின் முன்னேற்றத்துக்கு ஏற்ப உணவின் அளவும் குணமும் கூடிவந்தன. அப்படியாக படப்பிடிப்பு இறுதிக்கட்டத்துக்கு வந்தபோது அந்த வரம்பெற்ற நடிகரின் பழைய உடலும் ஆரோக்கியமும் திரும்பக் கிடைத்தன.

இரக்கமில்லாமல் அன்று நான் கரமனையைத் துன்புறுத்திய தற்கு பலனிருந்தது, 'எலிப்பத்தாயம்' என்று கேட்கும்போது பார்வையாளர்களின் மனதில் முதலில் வருவது கரமனையின் முகம்தானே. மீண்டும் 'முகாமுகத்'திலும் 'மதில்க'ளிலும் நாங்கள் இணைந்தோம். நல்ல நடிகராக இருந்தார். நல்ல நண்பராக இருந்தார். நல்ல மனிதராகவும் இருந்தார் கரமனை.

தாஸ், பிரியமான தாஸ்

தேவதாசும் நானும் ஒரே வருடம் புனே பிலிம் இன்ஸ்டிட்யூட்டில் சேர்ந்தோம் – 1962இல். அதற்கு முந்தைய ஆண்டுதான் பிலிம் இன்ஸ்டிட்யூட் செயல்படத் தொடங்கி யிருந்தது. முதல் பாட்சில் மலையாளிகள் யாரும் எந்தப் பிரிவிலும் பயிற்சிக்காகச் சேரவில்லை. (அப்பா மலையாளி யும் அம்மா மராத்தியராகவும் வளர்ந்த சந்திரசேகரன் நாயர் மட்டுமே பாதி விதிவிலக்கு).

பள்ளியில் சில வருடங்களாக அறிவியல் கற்பித்து வந்த தேவதாஸ் இப்படியொரு புதிய பணியைத் தேடத் தீர்மானித்திருந்தார். ஒளிப்பதிவுத் துறையில் சற்று விருப்ப மும் பழக்கமும் இருந்தும் தாஸ் ஏனோ ஒலிப்பதிவை யும் அதன் தொழில்நுட்பத்தையும் விருப்பப் பாடமாக தேர்ந்தெடுத்தார். பிறப்பிலேயே கூட இருந்த இசையுணர்வு ஒருவேளை தூண்டுதலாக இருக்கலாம்.

எல்லாருக்கும் – மாறுபட்ட அபிப்பிராயங்களும் எதிரான நம்பிக்கைகளும் கொண்டவர்களுக்கும் – ஒரே போல வரவேற்புக்குரிய சில நபர்களை அபூர்வமாக நமக்குப் பழக்கப்பட்ட வட்டங்களில் பார்ப்போமல்லவா? தாஸின் ஆளுமை அதுபோன்றது. சீக்கிரம் யாருடனும் நண்பராகி விடுவார். சுவாரசியமாகப் பேசுவார். அதே சமயம் யாரோடும் நெருங்கிவிடவும் மாட்டார். அதனால் 'எதிரியில்லாதவன்' என்ற அடைமொழி பயிற்சிக்காலம் முதல் தேவதாஸைத் தேடிவந்திருந்தது.

பிரபாத் ரோட்டில் 'குருகிருபா' என்ற லாட்ஜில் நாங்கள் ஒரே அறையைப் பகிர்ந்துகொண்டு செலவிட்ட இறுதியாண்டு சுவாரசியமானதாக இருந்தது. எங்களில் ஒருவர் முறைவைத்து காலை உணவை (வெண்ணெய்

தடவிய மில்க் பிரட், முட்டை, தேநீர்) தயாரிப்போம். ஒரு ஆளுக்கு என்று ஹோட்டலிலிருந்து கொண்டுவந்த டப்பா சாப்பாடு எங்கள் இரண்டு பேருக்கும் தாராளமானதாக இருந்தது. மாலை நேரங்களில் ஒன்றாக இருக்கவேண்டும் என்றில்லை. 'லக்கி ரெஸ்டாரெண்ட்' போன்ற நடுத்தர உணவு விடுதியில் இரவு உணவை அருந்திவிட்டு மறுநாளுக்கான ரொட்டியையும் வாங்கிக்கொண்டு ஒரு கிலோமீட்டர் தூரம் நடந்து 'குருகிருபா'வுக்கு வந்து சேருவது வழக்கம்.

ஒன்றாகச் சேர்ந்து டவுனில் சுற்றப்போகும் விடுமுறை நாட்களில், நான் பழைய புத்தகக் கடைகளின் அலமாரிகளில் துழாவிக்கொண்டிருப்பேன். ரேடியோவின் உதிரி பாகங்களைச் சில்லறையில் விற்பனை செய்யும் சின்னக் கடைகளில் தேவதாஸ் ஏறி இறங்குவார். சிகரெட் பெட்டிக்குள்ளிருந்து இலங்கை வானொலியின் பாட்டுக்களைக் கேட்கச் செய்கிற அற்புத வித்தையை இன்ஸ்டிட்யூட்டில் சேர்ந்த காலத்திலேயே வசப் படுத்தியிருந்தார் தாஸ். அறையில் தாஸின் மேஜை மேல் எப்போதும் ஒரு சால்டரிங் அயர்ண் பழுத்துச் சிவந்திருக்கும். பக்கத்தில் இடையிடையே வெடிப்பும் துண்டுப் பாட்டுமாக அரை உயிர் பெற்ற ரேடியோவும்.

மாடியின் வெளிச்சுவர்களிலும் கூரையின் உள்முகட்டி லும் முன் அனுமதியில்லாமல் கூடுகட்டும் திறமைசாலிகளும் பிடிவாதக்காரர்களுமான குருவிக்கூட்டம் அந்தக் காலத்தில் 'குரு கிருபா'வில் குடியேறியிருந்தது. பறவைகளின் சாமர்த் தியத்தைப் பற்றியும் குடும்ப பாசத்தைப் பற்றியும் பெரும்பாலான நாட்களில் நாங்கள் பெருமிதமாகப் பேசிக்கொள்வோம். அறை வாசிகள் தம்மை ஆராதிப்பவர்கள், உபத்திரவம் செய்யாதவர்கள் என்று அவையும் புரிந்துகொண்டிருக்க வேண்டும். அவ்வளவு சுதந்திரத்துடன் குருவிகள் அறைக்குள் புழங்கிக்கொண்டிருந்தன. சமாதானமும் தோழமையும் நிறைந்த ஒருவகையான கூட்டுற வாக இருந்தது அது.

அப்படியிருக்கும்போது அலமாரியில் ஏதோ புத்தகத்தைத் தேடுவதற்கிடையில்தான் நான் திடுக்கிடலுடன் அதைக் கவனித் தேன். வாரக்கணக்கா, மாதக்கணக்காக நூலகத்தில் மெனக் கெட்டு உட்கார்ந்து வாசித்து எழுதித் தயார்செய்து வைத்திருந்த என்னுடைய குறிப்புகளடங்கிய தாள்கள் ஆயிரமாயிரம் துண்டு களாக கொத்திக் குதறப்பட்டிருந்தன. கூட்டுக்குள்ளே குஞ்சு களுக்கு மெத்தை தயாரிக்க. 'தொலைந்து போ, அழிக்கும் கருவியே' என்றெல்லாம் வருத்தமும் கோபமுமாகக் கத்திக் கொண்டு அவற்றை விரட்டப்பார்த்தேன். பறவைகளாவது விடுவதாவது. என்னைவிட வீம்பாகப் பறந்துவந்து மீதிப்

புத்தகங்களின்மேல் ஆக்கிரமிப்புத் தொடங்கின. நாட்கணக்காக நீண்ட ஒரு சடங்குபோல ஆயிற்று என் பதற்ற நடவடிக்கைகள். குறிப்பேடுகளின் பயனை தயக்கமில்லாத அந்தக் குருவிகள் கண்டுபிடித்திருந்தன என்பதுமட்டுமல்ல, வெளிப்படையான வெறுப்புடன் 'ரொம்ப மோசமான செயல்' என்று என்னுடைய எதிர்ப்புகளை உதாசீனமும் செய்தன.

தோல்வியடைந்த என்னிடம் ஒருநாள் தேவதாஸ் சொன்னார்: "நீங்கள் என்ன செய்து என்ன? பறவைகளிடம் தோற்றுப்போய் விட்டீர்களே".

இன்ஸ்டிட்யூட்டில் இரண்டாமாண்டின்போது 'சித்ரலேகா' அமைப்பைத் தொடங்கினோம். முதலில் ஒரு பிலிம் யூனிட்டை உருவாக்கினோம். படைப்பு, இயக்கம், ஒளிப்பதிவு, ஒலிப்பதிவு, படத்தொகுப்பு, பொதுத்தொடர்பு இந்தத் துறைகளைப் பிரதிநிதி துவப்படுத்தும் ஐந்துபேர் கொண்ட தொழில்நுட்பக் குழு. இயல்பாகவே தேவதாஸ் ஒலிப்பதிவுத்துறையின் பொறுப்பாளர் ஆனார். தொடர்ந்து வந்த வருடங்களில் அறிவிக்கப்பட்ட நோக்கங்களுக்கேற்ப பிலிம் சொஸைட்டிகளை உருவாக்கினோம். திரைப்படம் தொடர்பான சிறு பிரசுரங்களையும் மலர்களையும் (sovenier) வெளியிட்டோம். இவையெல்லாம் நடந்தாலும் முக்கிய மான செயல் திட்டமாக நாங்கள் கொண்டிருந்த திரைப்படத் தயாரிப்பில் ஈடுபட அதிக காலம் எடுத்துக்கொண்டது. முதலா வது குறும்படம் எடுக்கவே நான்கு வருடம். கதைப்படத்துக்கு வந்துசேர ஏழு வருடம். இன்ஸ்டிட்யூட்டை விட்டுவந்ததும் ஒரு வேலையத் தேடிக்கொள்வது அவ்வளவு எளிதாக இருக்க வில்லை. அதற்குள் பரபரப்பை ஏற்படுத்திய தாஸின் முதல் காதலுக்கும் தொடர்ந்து திருமண வாழ்க்கைக்கும் உதவுவதற்காக சித்ரலேகாவில் ஒரு பதவியை உருவாக்க வேண்டிய நிர்ப்பந்தம் நண்பர்களான எங்களுக்கு இருந்தது. அதன் பின்னர் சில காலம் பிலிம் இன்ஸ்டிட்யூட்டில் ஆசிரியராகவும் தாஸ் பணி யாற்றினார்.

சினிமா தயாரிப்பின் எல்லாக் கட்டங்களையும் – இயக்குநர் உட்பட்ட தொழில்நுட்பத் துறையினரைக்கூட – ஸ்டூடியோ மரபு கையகப்படுத்திவைத்திருந்த ஒரு காலகட்டத்தை அறுபது களின் கடைசி நாட்கள் முடிவுக்குக் கொண்டுவந்தன. உள்ளறை களை விட்டு வெளியே பகல்வெளிச்சத்துக்கு முதலில் இயக்குநர் களும் பின்னர் ஒளிப்பதிவாளர்களும் மெல்ல படத்தொகுப் பாளர்களும் இறங்கினர். ஆனால், அன்றும் இன்றும் முழுவது மாக வெளியே வராத துறை ஒலிப்பதிவாளனுடையது. அதுவும் குறிப்பாக இந்தியாவில். சினிமா ஸ்டூடியோவில் நிரந்தரமாகப் பணியாற்றாத ஒலிப்பதிவாளன் எல்லாக் காலத்திலும் ஒரு

விதிவிலக்காகவே கருதப்பட்டான். அறை நிரம்பிக்கிடக்கும் கன்சோலுக்குப் பின்னால் பார்க்கப்படாமல் அறியப்படாமல் ஒதுங்கி உட்கார்ந்திருந்தான் அவன். ஆனால் சித்ரலேகாவின் டாக்குமெண்டரியும் முதல் கதைப்படமான 'சுயம்வர'மும் முன் வழக்கங்களையும் அபிப்பிராயங்களையும் மாற்றி எழுதின. தேவதாஸ் என்ற ஒலிப்பதிவாளரை மக்கள் முதன்முதலாகக் கவனித்தனர். (கேரள கௌமுதி நாளிதழில் மங்கட ரவிவர்மா எழுதிய 'சுயம்வரம் சுனோ' என்ற கட்டுரை இங்கே சிறப்பாகக் குறிப்பிடப்பட வேண்டியது). யுனிசெஃபுக்காக நான் தயாரித்த டாக்குமெண்டரிக்கு ஊதியமாகக் கிடைத்த நாகரா டேப் ரிக்கார்டர் ஓர் அர்த்தத்தில் இதைச் சாத்தியமாக்கியது. தென்னிந்தியத் திரைப்படத் துறையில் இந்த ஒலிப்பதிவுக் கருவியை ஒருவர் இயக்கியதும் அதிலிருந்து முதல் தரமான ஒலிப்பதிவைச் சாத்தியமாக்கியதும் முதன்முறையாக இருந்தது. சென்னை ஒலிப்பதிவுக்கூடங்களில் நாகரா ரிக்கார்டரும் கால் அங்குல டேப்பில் பதிந்த உரையாடல்களும் மற்ற ஒலிகளுமாக வந்து சேர்ந்த நாங்கள் எதிர்கொண்ட சந்தேகங்களும் விமர்சனங்களும் கொஞ்சமல்ல. (இன்று சினிமாத் தொழிலில் நாகரா ரிக்கார்டரின் உபயோகம் முக்கியமானதாகிவிட்டது). 'டயாலாக் சிங்கில் வராது' என்று எங்களைத் தட்டிக்கழித்த பிரபல ஒலிப்பதிவாளர்களும் அந்தக் கூட்டத்தில் இருந்தனர்.

பிலிம் இன்ஸ்டிட்யூட் வேலையை விட்டு வந்த இடைவேளையில்தான் 1971 – 72 ஆண்டுகளில் 'சுயம்வர'த்தின் ஒலிப்பதிவுப் பணியை தேவதாஸ் மேற்கொண்டார். ஸ்டூடியோவுக்கு வெளியே எதார்த்தமான இடங்களில் சித்தரிக்கப்பட்ட படம் என்பது மட்டுமல்ல 'சுயம்வர'த்தின் சிறப்பு. அதன் உரையாடல்களும் பிற ஒலிகளும் காட்சிப்பதிவின்போதே பதிவு செய்யப்பட்டவை என்பதும் வரலாற்று முக்கியம் கொண்டது.

காட்சியின் முக்கியத்துவம் கேள்விக்கும் (ஒலிக்கும்) உண்டென்று நாங்கள் அறிந்திருந்தோம். பேச்சைக் கடந்த இயற்கையான சப்தங்களால் அனுபவங்களை மென்மையாக்கவும் தீவிரமாக்கவும் முடியுமென்றும் அறிந்திருந்தோம். அந்தக் காரணத்தால் படப்பிடிப்பு முடிந்த பின்னர் நடைபெறும் ஒலிப்பதிவுப் பணிகளில் நான் ஒரே சமயத்தில் தாஸின் இயக்குநராகவும் உதவியாளராகவும் இருந்தேன்.

பிரத்தியேகமான ஒலிகளுக்காக தாஸும் நானும் கே.எச்.ஆர்.டி.சி. பஸ்களில், எங்கள்மேல் படிந்த பயணிகளின் சந்தேகப் பார்வையையும் கண்டக்டரின் சந்தேகப்பார்வையையும் பொருட்படுத்தாமல் டேப்ரிக்கார்டருடன் தூரப் பயணங்கள் மேற்

கொண்டதும். நீராவி எஞ்சினில் ஓடும் ரயிலின் மூச்சிரைப்பை யும் கூவலையும் பதிவு செய்வதற்காக ஆளில்லாத ரயில் பாதைகளுக்கருகில் காத்து நின்றதும், அலைபுரண்டு முழக்கத் துடன் கரையில் கொண்டுவந்து சேர்க்கும் கடலின் ஆர்ப்பாட்ட மான அதிசயத்தைப் பதிவு செய்ய உப்பு மண்ணின் ஈரத்தை யுணர்ந்ததும், மதுவிற்பனைக் கூடங்களின் உல்லாச முனகல்

அடூர் கோபாலகிருஷ்ணன்

களுக்கு மைக் பிடித்ததும், சுற்றுப்புறச் சித்தரிப்புக்காக நகரத்தில் பிரபலமான டுடோரியல் கல்லூரியின் பின்னால் ஒளிந்து நின்று வகுப்பில் நடந்த விரிவுரையைப் பதிவு செய்ததும் கலங்கிப் பெருக்கெடுத்த கல்லாற்றில் இறங்கி வெள்ளத்தின் மனமறிந்ததும் இன்று இறந்த காலத்தின் மூடுபனியில் ஏறத்தாழ மறைந்துவிட்டிருக்கின்றன. உற்சாகத்தில் நுரைத்துக் பொங்கிய சாகசங்கள், விளைவைப் பற்றிய பதற்றங்கள் ஆகியவையும் பதிவு செய்தெடுத்த சிறப்புச் சப்தங்களைப் பற்றிய ஆர்வங்களும் கடைசியில் முடிவான உற்பத்திப் பொருளான சினிமாவில் கரைந்தல்லவா போகிறது.

'சுயம்வர'த்துக்குப் பிறகு சில டாக்குமெண்டரிகள். அதன் பின்னர் 'எலிப்பத்தாயம்' வரை ஒரு சிறிய இடைவேளை. இந்தக் கால அளவில் புதிதாகப் படமெடுக்க பலருக்கும் வழி காட்டியும் தொழில்நுட்ப ஆலோசகரும் துணை இயக்குநராகவும் இருந்தார் தாஸ்.

படப்பிடிப்புத் தருணத்தில் உரையாடலை வெறும் ஒப் பேற்றலாகவும் ஸ்டூடியோவுக்குள் நிகழும் 'டப்பிங்' நிரந்தரமான ஏற்பாடாகவும் ஆகியிருந்த சூழலில் சினிமாவின் இந்தத் தொழில் நுட்பத்துக்குப் பிற்காலத்தில் பிரபலமான பலருக்கும் மறை முகமாகவேனும் பயிற்சியளிப்பது தாஸுக்கு அவராகவே ஏற்றுக்கொண்ட கடமையாக இருந்தது. உரக்கச் சொல்லாமல் உரிமைகோராமல் அவர் செய்த சேவைகளை பலரும் பிற் காலத்தில் வசதியாக மறந்துபோனதை இயல்பானது என்றே சொல்லவேண்டும்.

சித்ராஞ்சலி ஸ்டூடியோ நிறுவப்பட்டதும் அங்கே ஒலிப்பதி வாளராக நியமிக்கப்படவும் செய்ததோடு தாஸின் வாழ்க்கை முறை ஏறத்தாழ மணி நேரக் கட்டுப்பாட்டுக்குள் சுருங்கிவிடும் என்று பலரும் கருதினர். ஆனால், அத்தகைய சந்தேகங்களுக்கு இடமில்லாமற் போனது. தேவதாஸ் கலையுணர்வும் இங்கிதமும் கொண்ட ஒலிப்பதிவாளர் மட்டுமல்ல; அந்த நல்ல மனிதரின் உள்ளுக்குள் துலங்கிய அசாதாரணமான தொழில்நுட்ப அறிவும் தேடலும் 'சித்ராஞ்சலி'யை இந்திய முழுவதும் அறியப்பட்ட நிறுவனமாக உயர்த்துவதற்கு உதவியது கொஞ்சமல்ல.

தாஸை அன்புடன் 'டாஷ்' என்று அழைத்திருந்த கனடாக் கார இஞ்சினீயருடன் இணைந்து நவீன ஒலிப்பதிவுக் கருவிகளை நிறுவியும் சோதனைகள் நடத்தவும் செய்த நாள் முதல் அந்தப் பிரிவில் பராமரிப்புப் பணிகளுக்கு வேறு ஒருவரைத் தருவிக்க நேர்ந்ததில்லை.

சிறிது காலம் தலைமை ஒலிப்பதிவாளர் என்ற பதவியுடன் ஸ்டுடியோ மானேஜரின் பொறுப்பும் தாஸின் தோளில் சுமத்தப் பட்டிருந்தது. 'விதேயன்' படத்தின் டப்பிங் நடைபெற்று வந்த நேரம் அது. பிறப்பால் கலைஞனாகவும் பயிற்சியாலும் அனுபவத் தாலும் சிறந்த தொழில்நுட்ப நிபுணனாகவுமிருந்த அந்த நபரை சரியாகப் புரிந்துகொள்ளாமல் நடத்திய அநியாயமான நிர்வாக சீர்திருத்தம் அது. தவிர்க்கக் கூடியதாக இருந்த அந்த ஏற் பாட்டைப் பற்றி கொஞ்சமும் சமரசமில்லாமல் நான் பேசியது நினைவுக்கு வருகிறது.

மலையாளத்தில் மட்டுமல்ல, இந்தியத் திரைப்படத்துறை யிலேயே மறையாத தனி அடையாளத்தைப் பதித்துச் சென்ற அசாதாரணமான கலைஞர்; தொழில்நுட்ப நிபுணர் என்னுடைய சக தோழரும் சகபணியாளருமாக இருந்த நம் அனைவருக்கும் பிரியமான தேவதாஸ்.

எம்.பி.எஸ். என்ற தோழமை

எம்.பி. எஸ்ஸை முதன்முதலாகப் பார்த்த நாள் இப்போதும் நினைவிலிருக்கிறது. ஏறத்தாழ முப்பது வருடங்களுக்கு முன்பு. சென்னை அருணாசலம் ஸ்டூடியோவில் ஒரு டாக்குமெண்டரி படத்தின் பின்னணி இசை உருவாக்கும் வேலையில் நானும் பிரபல இசை யமைப்பாளர் தேவராஜனும் ஈடுபட்டிருந்தோம். குர்த்தா சட்டையும் பாண்டும் அணிந்த, ஏறக்குறைய நடுத்தர வயதான சாதாரண உயரமும் கலைஞனின் தோற்றப் பொருத்தமும் உள்ள மனிதர் ஓரிரு உதவியாளர்களுடன் ஏறி வந்தார். வாத்தியப் பயிற்சியில் பங்கேற்காமல் நின்று கொண்டிருந்த உதவியாளர்களில் சிலர் 'எம்பியெஸ்' வந்திருக்கிறார் என்று அன்போடு தமக்குள் சொல்லிக் கொண்டு அவரை நோக்கிச் சென்றதும் இடைவேளையின் போது திரும்பி வருகிறேன் என்று சொல்லிவிட்டு அவர் வேகமாக அடுத்த ஸ்டூடியோவுக்குப் போனதும் நினைவின் திரையில் ஒரு ஃப்ளாஷ் பேக்காகப் பதிந்தது.

சரியாக இடைவேளையின்போது அவர் வந்து சேர்ந்தார். வாத்தியக் கலைஞர்கள் ஒவ்வொருவராக தங்களுடைய பிரியமான தலைவரைச் சுற்றி நின்றார்கள். அவர்களுடைய அமைப்புப் பற்றிய உரையாடல்களும் மாதச் சந்தா வசூலும் நடந்தன. எம்.பி. சீனிவாசன் என்ற இசையமைப்பாளரைப் பற்றி அன்று தெளிவில்லாத சில கருத்துகளே என்னிடம் இருந்தன. அவர் ஒரு தொழிற்சங்கத் தலைவர் என்பது எனக்குப் புதிய தகவலாக இருந்தது. அதுமட்டுமல்ல அன்று நாங்கள் உபசாரமாகக் கூட அறிமுகம் செய்துகொள்ளவோ பேசவோ இல்லை.

சேகண்டி அடித்தவர்களும் சலங்கை குலுக்கியவர்களும் கால்ஷீட் கணக்குப்படி சம்பளமும் பயணப்படியும் உணவுக் கான தொகையும் கணக்குச் சொல்லி வாங்கிக்கொள்ளும் பொற்காலம் அன்று தொடங்கியிருந்தது. கடன் சொல்வதும் ஏமாற்றுவதும் பழங்கதையாகியிருந்தது. அமைப்புச் சாராதவர் களும் நலிந்தவர்களுமான வாத்தியக் கலைஞர்களை தொழிற் சங்க அடிப்படையில் ஒருங்கிணைத்தும் ஊதியம் நிர்ணயித்தும் போராட்டங்கள் மூலம் அடைந்த சலுகைகளைத்தான் அவர்கள் அன்று அனுபவித்துக் கொண்டிருந்தார்கள். தன்னுடைய வாழ்க்கையைப் புறக்கணித்து தனது சகோதர வர்க்கத்தின் நியாயமான உரிமைகளுக்காகப் படை நடத்திக்கொண்டிருந்தார் எம்.பி.எஸ். இந்தப் போரில் ஸ்டூடியோ உரிமையாளர்களுக்கும் பட முதலாளிகளுக்கும் வேண்டப்படாதவரானார். அவர் களுடைய எதிர்ப்புகளையும் தடைகளையும் தூசாகக் கருதிய எம்.பி.எஸ். சக பணியாளர்களின் கண்ணின் மணியானார். அதே சமயம் அவருக்கு மிக விருப்பமானதும் மேதமையுள்ளது மான இசையமைப்புத் துறையில் ஏறத்தாழ வேலைவாய்ப்பற்ற வருமாக இருந்தார்.

சினிமா முதலாளிகள் அங்கீகரிப்பதைவிடவும், தானாக உருவாக்கிக்கொண்ட அசலான திறமை காரணமாகவா அல்லது சங்கீதத்தின் எல்லைதாண்டி தான் கொண்டிருந்த நம்பிக்கை காரணமாகவா, எதனால் என்று தெரியவில்லை, தமிழில் பெரிய, நடுத்தர, சிறிய தயாரிப்பாளர்களுக்குக் கூட எம்.பி.எஸ். அவசியமற்றவரானார். பரிதாபமென்றே சொல்ல வேண்டும். தேசீய அளவில் இந்தியன் பீப்பிள்ஸ் தியேட்டர் அமைப்பில் தீவிரமாகப் பணியாற்றிய அவருக்கு நாடக, திரைப்படத் துறை களில் மட்டுமல்ல ஓர் அளவுவரை அரசியல் மேடைகளிலும் நெருக்கமாக இருந்தவர்கள் மலையாளிகளே என்பது ஓர் உண்மை.

அதிருக்கட்டும். நான் சொல்லவந்தது நாங்கள் இணைந்து பணியாற்றிய சந்தர்ப்பத்தை பற்றி. பின்னோக்கிப் பார்க்கும்போது அது தற்செயலாக நிகழ்ந்தது. எனினும் அப்படி நம்ப இன்று சிரமமாக இருக்கிறது.

பிலிம் ஃபைனான்ஸ் கார்ப்பரேஷனின் கடனுதவியைப் பயன்படுத்தி 'சுயம்வர'த்தைத் தயாரித்திருந்தோம். கடனுதவிக் கான விண்ணப்பத்தைச் சமர்ப்பித்தபோது இசையமைப்பாள ராக விஜயபாஸ்கர ராவின் பெயர் குறிப்பிடப்பட்டிருந்தது. பிரபல புல்லாங்குழல் கலைஞரான ராவ், மிருணாள் சென்னின்

'புவன்ஷோம்' படத்துக்கு இசையமைத்திருந்தார். அந்தப் படத்தின் வெற்றியுடன் அவர் மேலும் பிரபலமானவரானார். அதன்மூலம் நெருக்கடி மிகுந்த இசையமைப்பாளராகவும் ஆகியிருந்தார். பிலிம் டிவிஷனில் வகித்துக்கொண்டிருந்த பொறுப்புகளுக்கு அப்பாற்பட்டது இது. ஹிந்தி மற்றும் பிற மொழிப்படத் தயாரிப்பாளர்கள் அன்று அவரை சதா வட்ட மிட்டுக் கொண்டிருந்தார்கள். ஒருவேளை, தன்னுடைய முதல் படத்துக்காக வரும் ஒருவனை, அதுவும் பெரிய ஊதியத்தை எதிர்பார்க்க முடியாத மலையாளப் படத்துக்காக வருபவனைப் பொருட்படுத்த வேண்டியதில்லை என்று அவருக்குத் தோன்றி யிருக்கலாம். உடனடியாக நேரம் கிடைக்காது என்று சொல்லி ராவ் ஒதுங்கிக்கொண்டது பெரும் ஏமாற்றத்தைத் தந்தது. ஒரு கணக்கில் அது நல்லது என்று பிற்கால அனுபவங்கள் தெரிவித்தன. தற்காலிகமாக நேரும் தோல்விகளுக்கு நாம் பணிந்துவிடக் கூடாது என்ற பெரும் அனுபவம் இதன் பின்னா லிருக்கிறது.

படப்பிடிப்பும் எடிட்டிங்கும் ஒவ்வொன்றாக முன் திட்டப் படி நடந்தது. எனினும் பின்னணி இசை விவகாரத்தில் ஒரு முடிவுக்கு வரமுடியவில்லை. இடையில் பிரபல வயலின் இசைக்கலைஞர் எம்.எஸ். கோபாலகிருஷ்ணனைப் போய்ப் பார்த்திருந்தேன். இதுவரை இசையமைத்ததில்லை. அதைச் செய்வதற்கான தைரியமும் இல்லை. வேண்டுமானால் அவசிய மான வகையில் வயலின் வாசிக்க முடியும் என்பது அந்த அடக்கமான மனிதரின் பதிலாக இருந்தது.

ஜலஜா (எலிப்பத்தாயம்)

வழக்கமான இசையமைப்பாளர்கள் வேண்டாம். புதிய வகை சினிமாவுக்கு புதிய பாணி இசை வேண்டும். முதன்முறையாக இசையமைப்பவராக இருந்தாலும் பரவாயில்லை என்று முடிவு செய்திருந்தேன். தேடல் தொடர்ந்தது. குறிப்பிடத்தகுந்த பயன் எதுவுமில்லை.

அப்படியிருக்கையில், சாதாரணமாக இதுபோன்ற விவகாரங்களில் அபிப்பிராயம் எதுவும் சொல்லாதவரான என்னுடைய எடிட்டர் கேட்டார் 'எம்.பி.எஸ்.ஆக இருந்தால் பரவாயில்லையா? புதியவகை சினிமாவுடன் அறிமுகம் உள்ளவர். பெரும் அறிவும் படிப்புமுள்ளவர். நம்முடன் ஒத்துப் போவார்'

நான் பேசிப்பார்க்கத் தயாராக இருந்தேன். சந்திப்பு நடைபெற்றது. மனப்பூர்வமாகவே படத்தைப் பற்றி நான் எதுவும் சொல்லவில்லை. காட்சிகளும் உரையாடலும் சேர்க்கப்பட்ட பிரிண்ட் தயாராக இருந்தது. முன் கருத்துக்கள் எதுவுமில்லாமல் படத்தைப் பார்க்கட்டும். மீதி விவாதங்கள் அதற்குப் பிறகு என்பது என் நிலைப்பாடு. (பின்னர் எல்லாப் படங்களுக்கும் இந்த வழக்கத்தையே நான் தொடர்ந்தேன்).

ஜெமினி ஸ்டூடியோ வட்டாரத்திலிருந்த ஜெம் மூவீஸ் தியேட்டரில் பிரிண்டைத் திரையிட்டேன். அப்போது பிலிம் ஃபைனான்ஸ் கார்ப்பரேஷனின் நிர்வாகக் குழுவில் உறுப்பினராக இருந்தவரும் இசைத் துறை நிபுணரும் நேஷனல் சென்டர் ஃபார் பெர்ஃபார்மிங் ஆர்ட்ஸின் இயக்குநருமான வி.கே. நாராயணமேனோன், புகழ்பெற்ற ஹிந்தி நாடக ஆசிரியரான மோகன் ராகேஷ், எம்.டி. வாசுதேவன் நாயர் ஆகியோர் அன்று படம் பார்க்க வந்திருந்தார்கள். அந்த வடிவத்தில் கூட படம் எல்லாருக்கும் பிடித்திருந்தது. எம்.பி.எஸ். என்னைத் தனியாக அழைத்து உணர்ச்சிவசப்பட்டுச் சொன்னார்: 'சினிமா என்னை ஆழமாகத் தொட்டுவிட்டது. அசாதாரணமான அனுபவம். இசையைப் பற்றி நாம் நாளைக்குப் பேசலாம்'.

அடுத்த நாள் பார்த்தபோது எம்.பி.எஸ். இப்படித் தொடங்கினார்: "இந்த சினிமாவுக்கு இசையமைப்பது ஒரு சவால். நாம் சேர்ந்து முயற்சி செய்வோம்"

இரவுகள் – பகல்கள் – சர்ச்சைகள் – விவாதங்கள் – இடைவேளைகளில் வந்துபோகும் யூனியன்காரர்களின் குறுக்கீட்டைத் தவிர்த்தால் 'சுயம்வர'மும் இசையும்தான் விலகியும் இணைந்தும் வந்த இரண்டு விஷயங்கள். பிறகு, அது ஒரே விஷயமானது. சுயம்வர சங்கீதமானது.

அடூர் கோபாலகிருஷ்ணன்

சுயம்வரத்தின் இசை மாமூலான சங்கீதமாக இருக்கவில்லை. நீண்ட காலம் வணிக சினிமாவில் செயல்பட்ட ஒருவரின் இசை அது என்று கண்டுபிடிப்பதே சிரமம். எல்லா அர்த்தத்திலும் பழையதன் பிராயச்சித்தமாக இருந்தது அந்த இசை.

சுயம்வரத்தின் இசை பெரும் வரவேற்புப் பெற்றிருந்தது. தொடர்ந்து அநேக குறும்படங்களில் நாங்கள் இணைந்து பணி யாற்றினோம். இந்தக் கால அளவில் எங்களுக்கிடையே பல விஷயங்களிலும் கருத்தொற்றுமை உருவானது. மட்டுமல்ல, மாறுபாடுள்ள விஷயங்கள் சுருங்கின. நாங்கள் நல்ல நண்பர் களானோம். அந்தக் காலத்தில் சேர்ந்திசைக்காக பெரும் இயக்கத் தையே அந்த மேதை உருவாக்கியிருந்தார். இணைந்து பாடுவோம் என்பதுதான் இயக்கத்தின் மையக் கருத்து. மாணவர்கள் இளைஞர்கள் இடையே தன்னம்பிக்கையையும் தோழமையை யும் ஒற்றுமையையும் அரசியல் உணர்வையும் உருவாக்கிய அந்த இயக்கம் வளர்ச்சியடைந்து ஒரு தேசிய செல்வாக்காகவே மாறியது. கூட்டான மனிதக் குரல்களின் படைப்பாற்றலைத் தேடிய அந்தப் பயணம் நிறைவுபெற்றதாகவும் இருந்தது.

'சுயம்வரம்' முடிந்து மூன்றாண்டுகளுக்குப் பிறகு கடும் பொருளாதார நெருக்கடிகளுக்கு இடையில் 'கொடியேற்ற'த்தின் படப்பிடிப்பை ஆரம்பித்து ஒருவழியாக முடித்தேன். எஞ்சிய படத்தயாரிப்பு வேலைகளைத் தொடர முடியாமல் மேலும் இரண்டாண்டுகள் கடந்தன. இந்தக் கால அளவில் டாக்கு மெண்டரிகள் தயாரித்துப் பணம் திரட்டிக்கொண்டிருந்தேன். அந்தச் சமயத்தில் சென்னையில் எம்.பி. எஸ்ஸைச் சந்தித்தபோது விளையாட்டாகச் சொன்னேன்: 'இந்தப் படத்தில் உங்களுக்கு ரோல் இல்லை'

புரிந்துகொண்டு சிரித்துவிட்டார் அவர். 'தொடர்ந்து படமெடுத்து மற்றவர்களுக்கு வேலை தருவதில்லை என்று வைத்துகொண்டிருக்கிறீர்கள். போகட்டும். இத்தனை காலம் காத்திருந்து கடைசியாக படமெடுக்கும்போது எனக்கு வேலை யில்லை என்பதா? இது நியாயமில்லை' என்றார்.

'அதில் எங்கே இசையைச் சேர்க்க முடியுமென்று படத்தைப் பார்த்துவிட்டு நீங்களே சொல்லுங்கள், எம்.பி.எஸ்'

அதற்கான பதிலை 'கொடியேற்றம்' பார்த்த பிறகு ஒரு கூட்டத்தில்தான் எம்.பி.எஸ் சொன்னார் – 'கோபால் என்னிடம் கேட்டுக்கொண்டிருந்தால் கூட இதில் பின்னணி இசை சேர்ப் பதற்கான ஓர் இடத்தை என்னால் கண்டுபிடித்திருக்க முடியாது'.

சினிமாவில் இசைக்கான இடத்தையும் பொருத்தத்தையும் பற்றி ஆழமாகத் தெரிந்த ஒருவரால் மட்டுமே நிச்சயமாக இப்படி எதிர்வினை புரியமுடியும். திரைப்படம் பேசத் தொடங்கிய பின்னர் பின்னணி இசை சேர்க்காமல் தயாரிக்கப் பட்ட படம் என்ற சிறப்பு 'கொடியேற்ற'த்துக்கு உரியது.

பின்னர் 'அனந்தரம்' வரை நான் இயக்கிய சிறியதும் பெரியதுமான எல்லாப் படங்களிலும் நாங்கள் இணைந்து பணியாற்றினோம். ஒவ்வொரு முறையும் இசையமைப்புக்காக ஏறக்குறைய முடிந்த வடிவத்திலிருக்கும் படத்தை எந்த முன் தகவலும் இல்லாமல் பார்த்துவிட்டு எம்.பி.எஸ். சொன்ன அபிப்பிராயங்கள் விவரமும் பக்குவமும் உள்ள தேர்ந்த ரசிகரின் அபிப்பிராயங்களாகவே இருந்தன. நான் அந்த அபிப்பிராயங் களை உற்சாகத்துடன் பாதுகாக்கவும் செய்தேன். அசாதாரண மான ஆற்றலும் ஊடக உணர்வும் புதியதை ஏற்றுக்கொள்ளும் பரந்த மனப்பான்மையும் அவரிடமிருந்தன. கலைநுட்பமறிந்த எம்.பி. எஸ்ஸிடமிருந்து வந்த முதல் எதிர்வினைகள் ஒரு திரைப் படக்காரன் என்ற நிலையில் எனக்கு மிகுந்த தன்னம்பிக்கையைக் கொடுத்திருந்தன. முகம்பாராமல் அபிப்பிராயம் தெரிவிக்கவும் விமர்சிக்கவும் அவர் தயங்கியதில்லை. எம்.பி.எஸ்ஸின் அணுகு முறை மென்மையானதும் நடைமுறை சார்ந்ததுமாக இருந்தது. எனினும் சச்சரவின் எல்லைவரை எட்டிய அபூர்வமான சந்தர்ப்பங்களும் இருந்தன. நொடிநேரத்தில் எல்லாவற்றையும் மறந்து இசையில் மூழ்கவும் நட்பில் நிமிரவும் அந்த நல்ல மனிதரால் முடிந்தது என்பது என்னை வியப்படையச் செய்த துண்டு.

ஒருமுறை, நீண்ட விவாதங்களுக்கும் ஒத்திகைகளுக்கும் பிறகு கருத்தொற்றுமையுடன் நாள் முழுக்க ஏராளமான வாத்தியக் கலைஞர்களை வேலைவாங்கி, ஸ்டூடியோவுக்குப் பெரும் வாடகையும் சம்பளமும் கொடுத்து ஒலிப்பதிவு செய்த இசையை, என் மனதிலிருந்த இசையளவுக்கு இல்லை என்ற காரணத்தைச் சொல்லி வேண்டாமென்று ஒதுக்கினேன். நாளை வேறு பாணியில் முயற்சி செய்து பார்க்கலாம் என்று வாட்டத் துடன் பிரிந்தேன். அநாவசியமாக செலவு செய்த பச்சாத்தாப மும் பொருத்தமான ஒன்று கிடைக்கவில்லையே என்ற மனத் தாங்கலுமாக உறங்காமல் கிடந்த அந்த இரவில் உணர்வுக்கும் விழிப்புக்குமிடையில் படத்தின் மைய இசை அதற்கான வாத்திய ஒலியுடன் மனதில் ரீங்கரிப்பதைக் கேட்டேன். தூங்கிப்போய் விட்டால் அந்த அபூர்வ அனுபவம் மனதிலிருந்து மறைந்துபோய் விடுமோ என்ற பயத்துடன், எழுந்து உட்கார்ந்தும் உலாவியும் பொழுதை விடியச்செய்ததும் ஆவேசத்துடன் அதை எம்.பி.

எஸ்ஸிடம் தெரிவித்ததும் கௌரவப் பிரச்சனையாகக் கருதாமல் அதன் வெளிப்பாட்டுக்காக அவர் சந்தோஷத்துடன் தயாரான தும் அது ‘எலிப்பத்தாயத்’தின் மைய இசையாக வளர்ச்சியடைந்த தும் அழகான நினைவு. அசாதாரணமான ஓர் இசைக் கலை ஞனின் திறமைக்கான சான்றும் கூட. திரைப்படக்காரனின் மனமே இசையில் பிரதிபலிக்கவேண்டுமென்றும் அது சினிமா வின் வேதிமாற்றத்தில் முழுமையாகக் கரைய வேண்டுமென்றும் பிற எவரைக் காட்டிலும் உணர்ந்திருந்தவர் எனது மூத்த சகோதரர் போன்ற எம்.பி.எஸ்.

நாசம், சிதிலம், மாற்றம். தனிமை, துயரம் இவையெல்லா வற்றையும் தீவிரமாகவும் தொய்வாகவும் அனுபவமாக்குகிற பின்னணி இசையே ‘சுயம்வரத்’துக்குத் தேவையானதாக இருந்தது. இனிமை படியாத உணச்சிகளுக்கு இடம்தராத கறாரான இசை. அப்படி ஓர் இசை உண்டா? என்னுடைய கற்பனையின் விளக்கம் கேடுவிட்டு இசை என்பது இனிமையில்லாத உணர்ச்சி கரமல்லாத ஒன்றாக இருக்கமுடியாதே என்றுதான் ஓர் இசை யமைப்பாளன் சந்தேகப்படுவான். ஆனால், எனக்கு வேண்டியது விசிலடிப்பதற்குத் தோதான மெட்டல்ல என்று இத்தனைக் காலப் பழக்கத்தில் அவர் புரிந்துகொண்டிருந்தார். புதிய பரிசோதனைகளுக்கு எப்போதும் தயாராக இருந்தது அந்த மனம்.

நாங்கள் பலவிதங்களில் சோதனை செய்துபார்த்தோம். இசையிலிருந்து ‘இனிமை’யை நீக்குவதற்கான முயற்சியாக கால் அங்குல ஒலிநாடாவில் சாதாரண முறையில் பதிவு செய்த கருவி இசையை ரிக்கார்டரில் குறைந்த வேகத்தில் ஓடவிட்டு வேறுபட்ட கார்வையையும் தாளத்தையும் உருவாக்கி னோம். பிறகு, அதையே பிரத்தியேகமான எந்திரத்தில் ஏற்றி யிறக்கி ஸ்வர பாவங்களைத் திருத்தினோம். அந்த முறையில் சீர்திருத்திய இசையையே பொறிக்குள் அகப்பட்ட எலிகளுடன் உண்ணியின் இளைய சகோதரி ஸ்ரீதேவி கொல்லையைத் தாண்டிப் போகும்போது பயன்படுத்தப்பட்டிருப்பது. தம்புரா வும் சலங்கையும்தான் அந்த இசை வடிவத்தின் அடியில் இருப்பது என்பதை இசை விற்பன்னர்கள் கூடப் புரிந்துகொள்ள முடியாது. படத்தின் தொடக்கத்திலும் தொடர்ந்தும் கேட்கும் செல்லோவில் வாசித்த உருமாறிய இசை தொடர்ச்சியாக ஏதோ பெயர்ந்து விழுந்துகொண்டிருப்பது போன்ற உணர்வை உண்டாக்கும் நோக்கத்தில் செய்யப்பட்டது. முனகிப் பார்க்க முடியாத அந்த இசை மற்ற இசைப்பகுதிகளுடன் இணைத்து படத்தின் இறுதியில் தீர்ப்பின் முழுமையை அடைகிறது –

சாரதா (சுயம்வரம்)

பல முறை சொல்ல முயன்றும் முழுமையடையாத ஓர் வாக்கியம் இறுதியை எட்டும்போது சொல்லி முடிக்கப்பட்டதுபோல. (கேரளத்தில் படம் திரையிடப்பட்டபோது வழக்கத்துக்கு மாறாகப் பயன்படுத்தப்பட்ட இந்த இசையை செரித்துக் கொள்ள முடியாத சில விமர்சகர்கள் காதுக்கு இனிமை தராத பின்னணி இசையைப் பற்றி ஆட்சேபித்து எழுதியது நினைவுக்கு வருகிறது).

'முகாமுகத்'தின் மைய இசை (தீம் மியூசிக்) கம்யூனிஸ்ட் சர்வதேச கானத்திலிருந்து உருவாக்கப்பட்டது. இந்தப் படத்தின் இசை இலட்சியம், ஆவேசம், கொதிப்பு, தணிதல், உயிர்த்தெழுதல் ஆகியவற்றின் சாட்சியாகவும் உருவகமாகவும் அமைய வேண்டி யிருந்தது. இதன் பின்னணி இசை பல இடங்களில் அறிவுத் தளத்தை விட்டு உணர்ச்சிகரமானதாக படர்ந்திருந்தது. வடிவ ரீதியாக அதிக பின்னல்களுள்ள இந்தப் படம் பரவலாகத் தவறாகப் புரிந்துகொள்ளப்பட்ட நிலையிலும் அதன் சரியான நோக்கத்திலும் நிலைநிற்பிலும் அதன் சாரத்திலும் நம்பிக்கை கொண்டிருந்தார் எம்.பி.எஸ். சந்தேகப்படுவர்களின் மனதைத் திறக்க தனது நிலைப்பாட்டை நேர்மையும் அச்சமின்மையும் கொண்ட இந்த அரசியல்வாதி பகிரங்கப்படுத்தவும் செய்தார்.

உள்ளுக்குள்ளேயே ஒடுங்குவதாக இருந்தது 'அனந்தரம்'. அனாதையான அஜயனின் மனம் சிக்கலானது. அனுபவ

அடூர் கோபாலகிருஷ்ணன்

உண்மையும் (தன்வயம்) உலகியல் உண்மையும் (புறவயம்) பின்னிப் பிணைந்து சித்த பிரமையில் இயங்கும் பிரத்தியேக மனநிலையில் அவன் தானெப்படி அதுபோன்ற நிலைமைக்கு வந்து சேர்ந்தான் என்பதைக்காரிய காரணங்களுடன் கதை சொல்லலின் உத்தியையும் நியாயத்தையும் கலந்து – கண்டு பிடிக்க முயற்சி செய்கிறான்.

அஜயனின் உணர்ச்சிக் கொந்தளிப்பான மனதின் அடித் தளத்தில் அனாதைத்தனம் மிச்சம் வைத்துவிட்டுப்போன அடங்காத விசும்பல் மோதுகிறது. உணர்ச்சிகரமான இந்த அடித்தளத்திலிருந்து மைய இசையை உருவாக்கவேண்டும். ஒன்றுக்கு மேற்பட்ட தொடர்புத் தளங்களில் இயங்கும் இந்த சினிமாவின் படைப்பு நுட்பத்தில் ஊக்கம்பெற்ற திறமையாள னால் மட்டுமே உடன் நிற்கவும், தனது படைப்பூக்கத்திலிருந்து மேலும் சில தொனிகளை உருவாக்கவும் முடியும். ஏறத்தாழ முழுமையாகவே இந்தக் கடமையை நிறைவேற்ற எம்.பி.எஸ்ஸால் முடிந்தது என்பது சாதாரண வெற்றியல்ல.

நல்லதும் அல்லாததுமான ஏராளமான படங்களில் அவர் பங்கேற்றிருந்தார். முக்காற் பகுதியும் மலையாளப் படங்கள். அவற்றுக்கான தன்னுடைய பங்களிப்புப் பற்றி அவருக்குத் தெளிவான கண்ணோட்டமும் இருந்தது.

‘ஒவ்வொரு படத்துக்கும் அதன் தகுதிக்குத் தகுந்த இசை கிடைக்கிறது’ சொல்லிவிட்டு ஒரு தத்துவஞானியின் சிரிப்பு.

எம்.பி.எஸ்ஸை முதலில் பார்த்த நாளைப் போலவே ஏ.வி.எம். ஸ்டூடியோவிலுள்ள ஒலிப்பதிவுக்கூடத்தில் ‘அனந்தர’த்தின் ஒலிப்பதிவு நடைபெற்ற கடைசி இரவும் நினைவிலிருந்து மறைய மறுக்கும் ஒன்று.

ஒத்திகையும் தொடர்ந்து ஒலிப்பதிவும் நடந்துகொண்டிருக் கிறது. அப்போது நேரம் பத்து மணி. வாத்தியக் கலைஞர்களில் ஒரு பிரிவினர் தொடர்ந்து தவறாக வாசித்துக்கொண்டிருந்தனர். மீண்டும் மீண்டும் எடுத்தும் மீண்டும் மீண்டும் தவறுசெய்தும் மணி பதினொன்றை நெருங்கி விட்டிருந்தது. எவ்வளவோ முன்னால் முடிந்திருக்கவேண்டியது. இந்த இரவு முடியவில்லை என்றால் இன்னும் பல நாட்களுக்கு ரிக்கார்டிங் தியேட்டர் கிடைக்காது. நான்கைந்து நாட்களாக நடந்துவரும் எங்களுடைய வேலையின் கடைசிப் பகுதியை முடித்துக்கொண்டிருந்தோம். பதினோரு மணியுடன் எங்கள் கால்ஷீட் முடியும். அதற்குள்

முடியவில்லையென்றால்... ஒரு கேள்விக்குறி உயிர்பெற்று நின்றது. மணி பதினொன்று ஆனதும் சிலர் வாத்தியங்களை மூட்டை கட்டத் தொடங்கினார்கள்.

எம்.பி.எஸ். வாட்சைப் பார்த்து கொஞ்சம் பதற்றத்துடன் உள்ளேயிருந்த வாத்தியக் கலைஞர்களிடம் தோழமையான குரலில் சொன்னார் 'கடைசி பிட் இது. இதை முடித்துவிட்டால் பாக் – அப்'

அதை யாரும் கேட்டதாகத் தெரியவில்லை. சிறிய இடைவேளைக்குப் பிறகு உதவியாளர்களின் அறிவிப்பு வந்தது. யூனியன் சட்டப்படி நேரம்கடந்து வேலை செய்யவேண்டியதில்லை.

முகத்தின் வெளிறலை முடிந்தவரைக்கும் மறைத்துக் கொண்டு, உள்ளேயிருந்த வங்காளியான யூனியன்காரனை அழைக்கச் செய்தார். அன்றைய இக்கட்டான சூழ்நிலையை எடுத்துச் சொல்லி மன்றாடினார் எம்.பி.எஸ். – 'நானும் சட்டத்துக்குக் கட்டுப்பட்டவன் தான். ஆனால் பதினைந்து அல்லது இருபது நிமிடங்கள் எல்லாரும் ஒத்துழைத்தால் படத்தின் வேலை முடிந்துவிடும். தயவு செய்து ஒத்துழைப்புக் கொடுங்கள்'

அதற்குள் உள்ளேயிருந்து மற்ற கலைஞர்களும் வந்து சேர்ந்தார்கள். அவர்களிடமும் மாற்றிமாற்றிப் பேசிப் பார்த்தார் எம்.பி.எஸ்.பயனில்லை. சட்டத்தை மீறமுடியாது.

'விடியற்காலையில் தொடங்கியது. உடம்பு நோகிறது' என்பது போன்ற புதிய வாதங்களையும் எடுத்து வைத்தார்கள் சிலர். அரை அல்லது முக்கால் மணிநேரம் அதிலேயே கழிந்தது.

மணி பன்னிரண்டை நெருங்குகிறது. எங்கும் எட்டவில்லை.

எம்.பி.எஸ். பொறுமையிழப்பதை என்னால் காணமுடிந்தது. அவருடைய குரல் உயர்ந்தது.

'நன்றி கெட்டவர்களே, கடவுள் உங்களை மன்னிக்க மாட்டார்'

நாத்திகனான எம்.பி.எஸ். கடவுளின்பேரால் அவர்களைச் சபிக்கிறார்.

கோபம் அடங்கியதும் அவரைச் சமாதானப்படுத்தினேன். 'பரவாயில்லை, நாம் ஒலிப்பதிவு செய்ததில் பயன்படுத்தக் கூடிய பாகம் இல்லாமலிருக்காது'

அடூர் கோபாலகிருஷ்ணன்

அந்த அனுபவம் எம்.பி.எஸ்ஸுக்குப் பெரும் அடியாக இருக்கவேண்டும். அந்த சம்பவத்தைப் பற்றி நாங்கள் பிறகு பேசவில்லை. வெளியே விடமுடியாத வெப்பமான மூச்சுப் போல அந்த அனுபவம் எங்களுக்குள்ளே மோதித் திரிந்தது.

சில மாதங்களுக்குப் பிறகு எந்தவித முன்னறிவிப்புமில் லாமல் மாரடைப்பால் எம்.பி.எஸ். லட்சத்தீவில் மரணமடைந் தார் என்று கேள்விப்பட்டதும் எதனாலோ நீசத்தனமான அந்த நன்றியின்மையின் காட்சி என்முன் மின்னி மறைந்தது. மனித உரிமைகளை நிலை நாட்டிய இசைக்கலைஞர்களின் சங்கத்திலிருந்து நமக்கு எதையோ நினைவுபடுத்திவிட்டுத்தான் மனிதாபிமானம் முழுவதுமாக ஓடி மறைந்துவிட்டிருக்கிறது.